ക്യാപ്റ്റൻ ലക്ഷ്മിയുടെ ജീവിതകഥ

Captain Lekshmiyude Jeevithakadha
Children's Literature

K Rajendran

CHINTHA PUBLISHERS
Thiruvananthapuram

First Edition
May 2007

Fourth Edition
March 2013

Third Impression
November 2021

Fifth Edition
February 2022

Published & Typesetting
Chintha Publishers, Thiruvananthapuram

Cover Design
Ambeesh Kumar

ISBN : 978-93-82808-78-7

CR - 3111 / 5859

Email: chinthapublishers@gmail.com
Website: www.chinthapublishers.com

A version is available at National Libraries
Kolkata, Mumbai, Chennai and Delhi

Distribution
DESHABHIMANI BOOKHOUSE
H O Thiruvananthapuram 695035

Branch
Head Office Kunnukuzhi • Statue Thiruvananthapuram
KSRTC Bus Terminal Thampanoor • Saphalyam Complex Thiruvananthapuram
KSRTC Bus Station Alappuzha • KSRTC Bus Station Ernakulam
Machingal Lane Thrissur • IG Road Kozhikode
Mavoor Road Kozhikode • NGO Union Building Kannur
Central Bus Terminal Complex Thavakkara Kannur

ക്യാപ്റ്റൻ ലക്ഷ്മിയുടെ ജീവിതകഥ

കെ രാജേന്ദ്രൻ

ചിന്ത പബ്ലിഷേഴ്സ്
തിരുവനന്തപുരം-695 035
വില : ₹ 110

കെ രാജേന്ദ്രൻ

പാലക്കാട് ജില്ലയിലെ പട്ടാമ്പിക്കടുത്ത് ഞാങ്ങാട്ടിരിയിൽ 1976 മെയ് 19 ന് ജനിച്ചു. നിയമത്തിൽ ബിരുദവും പത്രപ്രവർത്തനത്തിൽ പി ജി ഡിപ്ലോമയും നേടി. 2000 മുതൽ കൈരളി ടി വിയിൽ ടെലിവിഷൻ ജേർണലിസ്റ്റായി ജോലി ചെയ്യുന്നു. ഇപ്പോൾ സീനിയർ ന്യൂസ് എഡിറ്റർ. മികച്ച ടെലിവിഷൻ റിപ്പോർട്ടിങ്ങിനുള്ള സംസ്ഥാനസർക്കാറിന്റെ മാധ്യമ പുരസ്കാരം, യു എൻ ഡി പി മാധ്യമ ഫെലോഷിപ്പ്, എൻ എഫ് ഐ മാധ്യമ ഫെലോഷിപ്പ് എന്നിങ്ങനെ നിരവധി അംഗീകാരങ്ങൾ ലഭിച്ചിട്ടുണ്ട്. 2015 ലെ പാരിസ് കാലാവസ്ഥാ വ്യതിയാന ഉച്ചകോടിയും 2006 ലെ സെബു ആസിയാൻ ഉച്ചകോടിയും റിപ്പോർട്ട് ചെയ്തിട്ടുണ്ട്.

മഞ്ഞുമലകളും സമതലങ്ങളും (യാത്രാവിവരണം), *വടക്ക് കിഴക്കൻ ഗോത്രഗിരിനിരകളിലൂടെ* (യാത്രാവിവരണം) *അഞ്ച് പെൺകുട്ടികൾ* (ബാലസാഹിത്യം) *ഇന്ത്യ എന്ന വിസ്മയം* (വൈജ്ഞാനിക സാഹിത്യം) എന്നിവയുൾപ്പെടെ എട്ട് പുസ്തകങ്ങൾ പ്രസിദ്ധീകരിച്ചു.

ഭാര്യ : അഡ്വ. സി ആർ മീന

മകൻ : അമതൻ

വിലാസം : ഫ്ളാറ്റ് നമ്പർ 7A,
റീഗൽ, സൗപർണ്ണിക അപ്പാർട്ട്മെന്റ്സ്,
പള്ളിമുക്ക്, കല്ലയം (പി ഒ)
തിരുവനന്തപുരം 43

ഫോൺ : 9447470170

email : krajendran6@gmail.com

ഉള്ളടക്കം

അവതാരിക
സാഹസികം ഈ ജീവിതം, വിസ്മയഭരിതവും
അനിൽകുമാർ എ വി 7

ബ്രിട്ടീഷുകാർ നമ്മളെ അടിമകളാക്കുന്നു 9

പ്രതിജ്ഞ 13

കമ്യൂണിസം 18

ഡോക്ടർ ലക്ഷ്മി 22

യുദ്ധം തുടങ്ങുന്നു 26

ഗാന്ധിജിയുടെ മഹത്വം 29

ഐ എൻ എ 32

നേതാജി സുഭാഷ്ചന്ദ്ര ബോസ് 36

ഝാൻസിറാണി റെജിമെന്റ് 40

മരണഭയമില്ലാത്ത വനിതാപട്ടാളം 43

ലക്ഷ്മി മന്ത്രിയാവുന്നു 47

അരിക്കനിലെ മുന്നേറ്റം 51

ഒരു വൻ ദുരന്തം 55

മരണം കൺമുന്നിൽ 59

ലക്ഷ്മി കീഴടങ്ങുന്നു 63

നേതാജിയുടെ മരണം 66

ഇനി സമരം ഇന്ത്യയിൽ 70

സ്വാതന്ത്ര്യത്തിന്റെ പൊൻപുലരിയിലേക്ക് 74

പാവങ്ങളുടെ ഡോക്ടർ 77

അവതാരിക

സാഹസികം ഈ ജീവിതം, വിസ്മയഭരിതവും

അനിൽകുമാർ എ വി

നമ്മുടെ സ്വാതന്ത്ര്യസമര ചരിത്രത്തിന് വേദനയുടെയും ത്യാഗത്തിന്റെയും സാഹസികതയുടെയും എത്രയോ കഥകൾ പറയാനുണ്ട്. കണ്ണീരും ചോരയും നനഞ്ഞ വഴികളിലൂടെയാണ് അസംഖ്യം പോരാളികൾ പ്രക്ഷോഭരംഗത്ത് എത്തിയത്. ഇതിൽത്തന്നെ സ്ത്രീകൾ രചിച്ച വിസ്മയഭരിതമായ ഏടുകൾ ഇന്നും രോമാഞ്ചജനകങ്ങളാണ്. ആ ഗണത്തിലെ ഏറ്റവും ശ്രദ്ധേയമായ പേരുകളിലൊന്നാണ് ക്യാപ്റ്റൻ ലക്ഷ്മിയുടേത്.

നന്നേ ചെറുപ്പത്തിൽ തന്നെ വിലക്കിയ ചോദ്യങ്ങൾ ഉന്നയിച്ചും അരുതാത്ത കാഴ്ചകൾ കണ്ടും അവൾ വ്യത്യസ്തയായി. അതിസാഹസികവും ഇപ്പോൾ ഊഹിക്കാൻ കഴിയാത്തതുമായ വഴികളിലൂടെ നടന്നാണ് ലക്ഷ്മി ചരിത്രം സൃഷ്ടിച്ചത്. ഗാന്ധിജിയോട് അടുത്തും അകന്നുംനിന്ന കാലയളവുകളിലൂടെ അവളിലെ സമരവ്യക്തിത്വം പിന്നെയും വളർന്നു.

പുരുഷന്മാർപോലും മടിച്ചിരുന്ന സമരരൂപങ്ങളിലേക്ക് ചെറുപുഞ്ചിരിയുമായാണ് ലക്ഷ്മി കാലെടുത്തു

വെച്ചത്. സ്ത്രീസ്വത്വബോധത്തിന്റെ അപരിചിതമായ ഉയരങ്ങൾതന്നെ അവർ തൊട്ടു. ഐ എൻ എയുടെ വനിതാവിഭാഗത്തിന്റെ കമാണ്ടറായത് അങ്ങനെ.

പാവപ്പെട്ടവരോടും അടിച്ചമർത്തപ്പെട്ടവരോടുമുള്ള അവളുടെ അടുപ്പം ബാല്യംമുതൽ ആരംഭിച്ചതാണ്. അത് വെറും ജീവകാരുണ്യ വാദപരമായിരുന്നില്ല. എല്ലാ കെട്ടുപാടുകളിൽനിന്നും ചൂഷണങ്ങളിൽനിന്നും അവരെ വിമോചിപ്പിക്കുകയായിരുന്നു യൗവനകാലം മുതൽ അവൾ മനസിലൊളിപ്പിച്ച സ്വപ്നം.

ഇരമ്പുന്ന സമരപരമ്പരകൾ. വിശ്രമരഹിതമായ സംഘാടനം. മാതൃകകളില്ലാത്ത ധീരത. ജാതി–മത കാലുഷ്യങ്ങൾക്കെതിരായ നിലപാട് – ക്യാപ്റ്റൻ ലക്ഷ്മിയുടെ തീക്ഷ്ണാനുഭവങ്ങളിലേക്കുള്ള കിളിവാതിലാണ് കെ രാജേന്ദ്രൻ എഴുതിയ ഈ കൃതി. ലളിതവും ആർജവവുമുള്ള ഭാഷയിലാണ് ആ ജീവിതകഥ എഴുതിയിട്ടുള്ളത്. രാഷ്ട്രീയ വിദ്യാർഥികൾക്കും കുട്ടികൾക്കും അനായാസേന വായിച്ചുപോകാവുന്ന രീതി അതിന്റെ മറ്റൊരു പ്രത്യേകതയാണ്. ക്യാപ്റ്റൻ ലക്ഷ്മിയുടെ ഇരമ്പുന്ന ജീവിതത്തിലേക്ക് ഉദ്വേഗഭരിതമായ അന്വേഷണം നടത്തുന്ന രാജേന്ദ്രന്റെ കൃതി നമ്മുടെ സ്ത്രീ ജീവചരിത്രങ്ങളിൽത്തന്നെ പുതിയൊരു ദിശ കുറിക്കുമെന്നുറപ്പ്. കൊച്ചു കൊച്ചു അനുഭവമുഹൂർത്തങ്ങളിലൂടെ വലിയ ജീവിതചിത്രമാണ് ഇവിടെ വരച്ചിട്ടുള്ളത്. നിലയ്ക്കാത്ത പോരാട്ടമനസുള്ള മലയാളി വായനക്കാർക്കു മുന്നിൽ ഈ പുസ്തകം നിറഞ്ഞ അഭിമാനത്തോടെ ഞാൻ സമർപ്പിക്കുന്നു; വായനയ്ക്കും വിമർശനത്തിനും.

1

ബ്രിട്ടീഷുകാർ നമ്മളെ അടിമകളാക്കുന്നു

'രാജാവ് ദൈവത്തിന്റെ സ്വന്തം ആളാണ്. രാജാവ് എന്ത് ചെയ്താലും ദൈവം അദ്ദേഹത്തെ രക്ഷിക്കും. അതുകൊണ്ട് നിങ്ങളെല്ലാവരും രാജാവിനെ അനുസരിക്കണം. ബ്രിട്ടീഷ് ഭരണത്തിന് കീഴിൽ മാത്രമെ രാജ്യത്തിന് പുരോഗതി ഉണ്ടാവൂ.'

മദ്രാസിലെ ബ്രിട്ടീഷ് സ്കൂളിലെ ടീച്ചർമാർ പറയുന്നതെല്ലാം ലക്ഷ്മിയടക്കമുള്ള കുട്ടികൾ തലകുലിക്കിക്കേട്ടു. ബ്രിട്ടീഷുകാരെ അനുകൂലിക്കുന്നവരെല്ലാം നല്ലവരാണെന്നും എതിർക്കുന്നവരെല്ലാം ചീത്തയാളുകളാണെന്നുമാണ് ടീച്ചർമാർ പഠിപ്പിച്ചിരുന്നത്. പക്ഷെ, ഇതൊന്നും അംഗീകരിക്കാൻ ലക്ഷ്മി എന്ന പത്തുവയസുകാരി തയ്യാറായില്ല.

സ്കൂളിൽനിന്നും വീട്ടിൽ മടങ്ങിയെത്തിയപ്പോൾ അവൾ അമ്മക്കുമുന്നിൽ തന്റെ സംശയങ്ങൾ നിരത്തി.

"ബ്രിട്ടീഷുകാർ നല്ല ആൾക്കാരാണെന്ന് ടീച്ചർ പറഞ്ഞത് ശരിയാണോ അമ്മേ?"

"അല്ല മോളേ. അവർ നമ്മളെ അവരുടെ അടിമക

ളാക്കി മാറ്റുകയാണ്. നമ്മളെ ചൂഷണം ചെയ്ത് ഇന്ത്യയിലെ സമ്പത്തു മുഴുവൻ അവർ ബ്രിട്ടനിലേക്ക് കൊണ്ടുപോവുന്നു. ഇന്ത്യയെ അവരുടെ അടിമരാജ്യമാക്കി മാറ്റാനാണ് ബ്രിട്ടീഷുകാരുടെ ശ്രമം."

അമ്മ പറയുന്ന കാര്യങ്ങൾ പൂർണമായും മനസിലാക്കാനുള്ള പ്രായവും മാനസിക വളർച്ചയുമൊന്നും അന്ന് ലക്ഷ്മിക്കുണ്ടായിരുന്നില്ല. എങ്കിലും അവൾ പതുക്കെ പതുക്കെ ബ്രിട്ടീഷുകാരുടെ കടുത്ത ശത്രുവായി മാറി. ബ്രിട്ടീഷ് ഭരണത്തെ പുകഴിത്തിക്കൊണ്ടുള്ള പാഠങ്ങൾ പഠിപ്പിച്ചതിനുശേഷം ടീച്ചർമാർ വെളിയിലിറങ്ങിയാൽ ലക്ഷ്മി ഉടനെ സഹപാഠികളെയെല്ലാം വിളിച്ചുകൂട്ടി ചർച്ചയാരംഭിക്കും.

"ടീച്ചർമാർ പറയുന്നു ബ്രിട്ടീഷുകാർ നല്ല ആൾക്കാരാണെന്ന്. കൂട്ടരേ..... സത്യത്തിൽ നമ്മളെ അടിമകളാക്കാനല്ലേ അവർ ശ്രമിക്കുന്നത്?"

"അതെ.... അതെ..."

നാലാം ക്ലാസിലെ കൊച്ചുകുട്ടികളെല്ലാം ലക്ഷ്മിയുടെ വികാരം പങ്കുവെച്ചു. ദേശാഭിമാനവും ആത്മാഭിമാനവുമെല്ലാം ലക്ഷ്മി അവർക്ക് പകർന്നുകൊടുത്തു. അങ്ങനെ മാസങ്ങൾക്കുള്ളിൽ മദ്രാസിലെ ബ്രിട്ടീഷ് സ്കൂളിലെ നാലാം ക്ലാസ് വിദ്യാർഥികളെല്ലാം ബ്രിട്ടീഷ് വിരുദ്ധരായി മാറി.

1914 ഒക്ടോബർ 24–നായിരുന്നു ലക്ഷ്മിയുടെ ജനനം. അച്ഛൻ ബുസരാമ സ്വാമിനാഥൻ മദ്രാസിലെ പ്രമുഖ അഭിഭാഷകനായിരുന്നു. അമ്മ എ പി അമ്മുക്കുട്ടിയമ്മ, സാമൂഹ്യപ്രവർത്തകയും ആൾ ഇന്ത്യ വിമൻസ് കോൺഫറൻസ്, വിമൻസ് ഇന്ത്യ അസോസിയേഷൻ ഓഫ് മദ്രാസ് തുടങ്ങിയ സംഘടനകളുടെ സജീവ പ്രവർത്തകയുമായിരുന്നു. മദ്രാസിൽ അക്കാലത്ത് നടന്ന സ്വാതന്ത്ര്യസമരങ്ങളുടെയും സാമൂഹ്യ പരിഷ്കരണ മുന്നേറ്റങ്ങളുടെയും മുൻനിരയിൽ ഇരുവരും ഉണ്ടായിരുന്നു. തൊട്ടുകൂടായ്മയും തീണ്ടിക്കൂ

ടായ്മയുമെല്ലാം കൊടികുത്തി വാണിരുന്ന കാലമായിരുന്നു അത്, മേൽജാതിക്കാരുടെ കണ്ണിൽ എല്ലാ കീഴ്ജാതിക്കാരും അടിമകളാണ്. ഹിന്ദുക്കളും മുസ്ലീങ്ങളും പരസ്പരം ശത്രുക്കളെപ്പോലെ പെരുമാറി. എന്നാൽ മദ്രാസിലെ ലക്ഷ്മിയുടെ വീട്ടിലാവട്ടെ എല്ലാ ജാതിമതസ്ഥരും നിത്യസന്ദർശകരായിരുന്നു. അവർ ലക്ഷ്മിയുടെ വീട്ടിൽ ഉണ്ണുകയും ഉറങ്ങുകയും ചെയ്തു. 'ജാതികളെങ്ങനെ ഉണ്ടായി? മതങ്ങൾ എങ്ങനെ ഉണ്ടായി?' തുടങ്ങിയ സംശയങ്ങളുമായി ലക്ഷ്മി അമ്മയുടെ അടുത്തെത്തുമ്പോൾ അമ്മ എല്ലാം വിശദമായി വിവരിക്കും.

"എല്ലാ മനുഷ്യരും തുല്യരാണ്. ഹിന്ദുവും മുസ്ലീമും മേൽജാതിക്കാരനും കീഴ്ജാതിക്കാരനുമെല്ലാം മനുഷ്യരാണ്. എല്ലാവരും ഒരമ്മപെറ്റ മക്കളാണ്."

2

പ്രതിജ്ഞ

അക്കാലത്ത് ലക്ഷ്മിയുടെ അച്ഛൻ വാദിച്ച് ജയിച്ച ഒരു കേസിന്റെ വിധി ലക്ഷ്മിയുടെ ജീവിതത്തിൽ വലിയൊരു വഴിത്തിരിവായി. ദിലാഹെ എന്ന ബ്രിട്ടീഷ് ഓഫീസറെ കാദംബൂർ എന്ന സ്ഥലത്ത് വച്ച് ഒരിന്ത്യക്കാരൻ കൊലപ്പെടുത്തി. കൊലയാളി പ്രായപൂർത്തിയാവാത്ത ഒരു ബാലനായിരുന്നു. ബാലനുവേണ്ടി കോടതിയിൽ കേസ് വാദിച്ചത് ലക്ഷ്മിയുടെ അച്ഛൻ ബുസരാമ സ്വാമിനാഥനായിരുന്നു. ബാലൻ നിരപരാധിയാണെന്ന് കണ്ടതിനെത്തുടർന്ന് കോടതി അവനെ വെറുതെവിട്ടു. ഒരു ബ്രിട്ടീഷ് ഉദ്യോഗസ്ഥനെ കൊലപ്പെടുത്തിയ കേസിലെ ഇന്ത്യക്കാരനായ പ്രതി ശിക്ഷിക്കപ്പെട്ടില്ലെന്നത് ബ്രിട്ടീഷുകാരുടെ അഭിമാനപ്രശ്നമായി മാറി. പ്രതിക്കുവേണ്ടി കേസ് വാദിച്ചതാവട്ടെ, ഒരു ഇന്ത്യക്കാരനായ അഭിഭാഷകനും. ഇതോടെ സ്വാമിനാഥൻ മദ്രാസിലെ ബ്രിട്ടീഷുകാരുടെയെല്ലാം ഒന്നാംനമ്പർ ശത്രുവായി മാറി. അവർ പലരീതിയിൽ അദ്ദേഹത്തെയും കുടുംബത്തെയും ദ്രോഹിക്കാൻ തുടങ്ങി.

ഇതിന്റെ പ്രത്യാഘാതം ലക്ഷ്മി പഠിക്കുന്ന സ്കൂളിലും ഉണ്ടായി. ലക്ഷ്മിയോട് സ്നേഹത്തോടെ പെരുമാറിയിരുന്ന ബ്രിട്ടീഷുകാരായ ടീച്ചർമാരെല്ലാം അവളെ ശത്രുവായിക്കണ്ടു, ഒറ്റപ്പെടുത്തി. ടീച്ചർമാർ അവളോട് മിണ്ടാതായി.

താനും തന്റെ അച്ഛനും ബ്രിട്ടീഷുകാരോട് എന്തു തെറ്റാണ് ചെയ്തതെന്ന് എത്ര ആലോചിച്ചിട്ടും അവൾക്ക് മനസിലായില്ല.

'നിരപരാധിയായ ഒരിന്ത്യൻ ബാലനെ കൊലക്കയറിൽനിന്നും രക്ഷപ്പെടുത്തിയത് ഇത്ര വലിയ തെറ്റാണോ?'

ലക്ഷ്മിക്ക് ദു:ഖവും കോപവും അടക്കാനായില്ല. അച്ഛൻ അവളെ സമാധാനിപ്പിച്ചു.

"ഇത് നമ്മുടെ മാത്രം അവസ്ഥയല്ല മോളേ, ഇന്ത്യയിലെ എല്ലാ ജനങ്ങളെയും ഇവർ അടിമകളാക്കി മാറ്റുകയാണ്. ഇന്ത്യക്കാരെല്ലാം ഒരുമിച്ച് നിന്ന് സമരംചെയ്താൽ മാത്രമേ നമുക്ക് സ്വാതന്ത്ര്യം ലഭിക്കൂ."

അച്ഛന്റെ ഉപദേശം ഉൾക്കൊണ്ട്, അവൾ അന്നൊരു ദൃഢപ്രതിജ്ഞയെടുത്തു. എന്തു ത്യാഗം സഹിച്ചാലും ശരി, ബ്രിട്ടീഷുകാരെ ഇന്ത്യൻ മണ്ണിൽനിന്നും ചവിട്ടിപ്പുറത്താക്കും. ലക്ഷ്യം സാക്ഷാത്കരിക്കുന്നതുവരെ തനിക്കിനി വിശ്രമമില്ല.

ഈ ദൃഢപ്രതിജ്ഞയാണ് ലക്ഷ്മിയെന്ന പത്തു വയസുകാരിയെ പിന്നീട് ക്യാപ്റ്റൻ ലക്ഷ്മിയെന്ന പേരിൽ ലോകമറിയുന്ന ധീരദേശാഭിമാനിയാക്കി മാറ്റിയത്.

ഗാന്ധിജിയുമായുള്ള കൂടിക്കാഴ്ച

രാജ്യത്തിന്റെ വിവിധ പ്രദേശങ്ങളിൽ സ്വാതന്ത്ര്യ

സമരം ശക്തമാവുന്ന കാലമായിരുന്നു അത്. കൽക്കട്ടയിൽ ആൾ ഇന്ത്യ കോൺഗ്രസ് കമ്മിറ്റി (എ ഐ സി സി)യുടെ സമ്മേളനം നടക്കുവാൻ പോവുന്നു. മഹാത്മാഗാന്ധിയും സുഭാഷ്ചന്ദ്രബോസും ജവഹർലാൽ നെഹ്റുവുമെല്ലാം അവിടെ ഉണ്ടാവും. ബ്രിട്ടീഷുകാർക്കെതിരെ സമ്മേളനം സമരം പ്രഖ്യാപിക്കും.

"ഞാനും വരട്ടേ അമ്മേ... എനിക്ക് ഗാന്ധിയെയും ബോസിനെയും നെഹ്റുവിനെയുമെല്ലാം കാണണം."

ലക്ഷ്മി വാശിപിടിച്ചപ്പോൾ അമ്മ സമ്മതംമൂളി. അങ്ങനെ 1928–ലെ കൽക്കട്ട എ ഐ സി സിയിൽ

പങ്കെടുക്കുന്നതിനായി ലക്ഷ്മി അമ്മുക്കുട്ടിയമ്മയോടൊപ്പം തീവണ്ടിയിൽ യാത്രയായി.

വിവിധ സംസ്ഥാനങ്ങളിൽ നിന്നുള്ള സ്വാതന്ത്ര്യ സമര സേനാനികളെയും വഹിച്ചുകൊണ്ടുള്ള തീവണ്ടി യാത്ര ലക്ഷ്മിക്ക് പുതിയൊരു അനുഭവമായി. തീവണ്ടി ആന്ധ്രാപ്രദേശിലെ ഒരു സ്റ്റേഷനിൽ നിർത്തിയപ്പോൾ ഇരുവശങ്ങളിലുമുള്ള ജനങ്ങൾ ഒരു ബോഗിയുടെ സമീപത്തേക്ക് ഓടുന്നത് കണ്ടു. ലക്ഷ്മി കണ്ടവരോടൊല്ലാം വിവരം തിരക്കി.

"അറിഞ്ഞില്ലേ നമ്മുടെ എല്ലാമെല്ലാമായ മഹാത്മാ ഗാന്ധി ആ ബോഗിയിലുണ്ട്."

തിരക്കൊഴിഞ്ഞപ്പോൾ ലക്ഷ്മി ഗാന്ധി യാത്രചെയ്യുന്ന ബോഗിയിലേക്ക് നടന്നുനീങ്ങി. എളിമയോടെ ആ മഹാനായ മനുഷ്യൻ ലക്ഷ്മിയെ അടുത്തേക്ക് വിളിച്ചു. വാത്സല്യത്തോടെ വിവരങ്ങൾ തിരക്കി.

"ഗാന്ധിജീ... ഇന്ത്യക്കുവേണ്ടി സമരം ചെയ്യാൻ ഞാൻ തയ്യാറാണ്, മരണംവരെ പോരാടാനും തയ്യാർ. ബ്രിട്ടീഷുകാരെ നമുക്കിവിടെ നിന്നും ചവിട്ടി പുറത്താക്കണം."

ഗാന്ധി എല്ലാം ശ്രദ്ധാപൂർവം കേട്ടു. അദ്ദേഹത്തിന്റെ ശ്രദ്ധ ലക്ഷ്മിയുടെ കൈയിൽ കിടക്കുന്ന സ്വർണവളയിലായിരുന്നു.

"മോളേ എന്തിനാണ് ഈ സ്വർണവള കൈയിലണിയുന്നത്. പട്ടിണിയും പകർച്ചവ്യാധികളുമെല്ലാം സഹിച്ചുകൊണ്ട് രാജ്യം മുഴുവൻ ബ്രിട്ടീഷുകാർക്കെതിരെ സമരം ചെയ്യുകയാണ്. സ്വാതന്ത്ര്യസമര നിധിയിലേക്കായി ആ സ്വർണവള ഊരിത്തന്നേക്കൂ..."

ലക്ഷ്മിക്ക് ഒരു നിമിഷംപോലും ചിന്തിക്കേണ്ടി

വന്നില്ല. അവൾ തന്റെ പക്കലുണ്ടായിരുന്ന ആഭരണ ങ്ങൾ മുഴുവൻ ഗാന്ധിക്ക് നൽകി.

"ഇത് മാത്രം പോരാ; ഇനിയൊരിക്കലും ലക്ഷ്മി വിദേശവസ്ത്രങ്ങൾ ധരിക്കരുത്. ഇന്ത്യക്കാർ ചർക്ക യിൽ നെയ്തെടുക്കുന്ന ഖാദി വസ്ത്രങ്ങൾ മാത്രമേ ധരിക്കാവൂ."

ലക്ഷ്മി തലകുലുക്കി.

കൽക്കട്ട സമ്മേളനം കഴിഞ്ഞ് മദ്രാസിൽ തിരിച്ചെ ത്തിയ ലക്ഷ്മി ഒരു മിനിട്ടുപോലും കാത്തുനിന്നില്ല. കൂട്ടുകാരെ മുഴുവൻ അവൾ സംഘടിപ്പിച്ചു. മദ്രാസിലെ വീടുകൾ മുഴുവൻ കയറിയിറങ്ങി വിദേശവസ്ത്രങ്ങൾ ശേഖരിച്ചു. അവ കൂട്ടത്തോടെ തീയിലിട്ടു. വസ്ത്രങ്ങൾ തീയിലെരിഞ്ഞ് ആളിക്കത്തുമ്പോൾ ലക്ഷ്മിയും കൂട്ടരും ഉച്ചത്തിൽ വിളിച്ചുകൂവി. "ബ്രിട്ടീഷുകാർ ഇന്ത്യ വിടുക..... ഇന്ത്യ ഇന്ത്യക്കാരുടേതാണ്....."

3

കമ്യൂണിസം

ഒരുദിവസം ഉന്മേഷവതിയായ ഒരു സ്ത്രീ ലക്ഷ്മിയുടെ വീട്ടിലെത്തി. ആദ്യ നോട്ടത്തിൽത്തന്നെ ലക്ഷ്മിക്ക് അവരെ ഇഷ്ടമായി.

"മോളേ... ഇവരാണ് സുഭാഷിണി. കോൺഗ്രസ് നേതാവ് സരോജിനി നായിഡുവില്ലെ അവരുടെ ഇളയ സഹോദരി. വലിയ വിപ്ലവകാരിയാണ്."

അമ്മ സുഭാഷിണിയെ ലക്ഷ്മിക്ക് പരിചയപ്പെടുത്തി. അന്നാണ് ആദ്യമായി ലക്ഷ്മിയുടെ മനസിൽ ആ സംഗമം ഉദിച്ചത്.

"അമ്മേ, എന്താണ് വിപ്ലവം? ആരാണ് വിപ്ലവകാരി?"

ലക്ഷ്മിയുടെ സംശയങ്ങൾ സുഭാഷിണിയെ സന്തോഷിപ്പിച്ചു.

"ചേച്ചി എല്ലാം മോൾക്ക് വിശദമായി പറഞ്ഞു തരാം."

1929-ൽ ബോംബെയിലെ തുണിമിൽ തൊഴിലാളികൾ ഒരു വലിയ സമരം നടത്തിയിരുന്നു. കുറഞ്ഞ

തുക കൂലി നൽകിക്കൊണ്ട് കൂടുതൽ സമയം പണിയെടുപ്പിച്ചിരുന്ന തുണിമിൽ മുതലാളിമാർക്കെതിരെയായിരുന്നു സമരം. ഉത്തർപ്രദേശിലെ മീററ്റിൽവെച്ചാണ് സമരം ആസൂത്രണം ചെയ്തത്. സുഭാഷിണിയായി

രുന്നു ഇവരുടെ പ്രധാന നേതാക്കളിലൊരാൾ. സുഭാഷിണിയെ പിടികൂടാനായി പൊലീസ് രാജ്യം മുഴുവൻ തെരച്ചിലാരംഭിച്ചു. ബ്രിട്ടീഷുകാരുടെ പിടിയിൽനിന്നും രക്ഷപ്പെടാൻ വേണ്ടിയാണ് ഇവർ തന്റെ വീട്ടിൽ അഭയം തേടിയിരിക്കുന്നതെന്ന് അറിഞ്ഞപ്പോൾ ലക്ഷ്മിക്ക് അടക്കാനാകാത്ത സന്തോഷവും അഭിമാനവും തോന്നി.

ലക്ഷ്മിയുടെ സംശയങ്ങൾക്ക് മറുപടി നൽകുക എന്നതായിരുന്നു സുഭാഷിണിയുടെ പ്രധാന ജോലി. രാത്രി മുഴുവൻ ഉറക്കമൊഴിച്ച് അവർ ഗൗരവമായ ചർച്ചകൾ നടത്തും. ഗാന്ധിജിയുടെ നേതൃത്വത്തിൽ നടക്കുന്ന സ്വാതന്ത്ര്യസമരമായിരുന്നു പ്രധാനവിഷയം.

"ചേച്ചീ ഗാന്ധിജിയുടെ നിരാഹാര സമരംകൊണ്ട് നമുക്ക് സ്വാതന്ത്ര്യം ലഭിക്കുമോ? ബ്രിട്ടീഷുകാരുടെ മർദ്ദനങ്ങൾ സഹിച്ചുകൊണ്ട് നിരാഹാരം കിടന്നാൽ നമുക്ക് മോചനം ലഭിക്കുമോ? നമ്മൾ പട്ടിണികിടന്നാൽ ബ്രിട്ടീഷുകാർ ഇന്ത്യ വിടുമോ?"

ഗാന്ധിജിയുടെ സമരരീതിയോട് ശക്തമായ എതിർപ്പുള്ള ആളായിരുന്നു സുഭാഷിണി.

"അക്രമത്തെ വേണ്ടിവന്നാൽ അക്രമംകൊണ്ടു തന്നെ നേരിടണം. ബ്രിട്ടീഷുകാർക്കെതിരെ സമരം ചെയ്യുന്നതോടൊപ്പം തൊഴിലാളികളെ ചൂഷണം ചെയ്ത് ജീവിക്കുന്ന ഇന്ത്യയിലെ മുതലാളിമാരെയും തകർക്കണം. പാവപ്പെട്ട തൊഴിലാളികൾക്ക് മാന്യമായ കൂലി നൽകണം. അവർക്ക് ഉണ്ണാൻ ഭക്ഷണം വേണം. ഉറങ്ങാൻ പാർപ്പിടം വേണം. അതിനിവിടെ കമ്യൂണിസം വരണം."

"എന്താണ് ചേച്ചീ ഈ കമ്യൂണിസം?"

"ബോംബെയിൽ കോടിക്കണക്കിന് രൂപയുടെ

സ്വത്തുക്കളുള്ള തുണിമില്ലുടമകളും രാവും പകലും വയലുകളിലും തൊഴിൽശാലകളിലുമെല്ലാം ജോലിചെയ്തിട്ടും പട്ടിണിയിൽ ജീവിക്കുന്ന തൊഴിലാളികളുമെല്ലാം ഒരുപോലെ കഴിയുന്ന ഒരു കാലത്തെക്കുറിച്ച് ഒന്നോർത്തു നോക്കൂ മോളേ... അവിടെ ജാതിയും മതവും ഒന്നുമില്ല. എന്റേതെന്നോ നിന്റേതെന്നോ ഇല്ല. എല്ലാം എല്ലാവരുടേതുമാണ്."

ലക്ഷ്മിയുടെ മനസിൽ ആയിരം സൂര്യനുദിച്ചു. പട്ടിണിയോ ദാരിദ്ര്യമോ ഒന്നുമില്ലാത്ത ഒരു കാലം. ഹിന്ദുവെന്നോ ക്രിസ്ത്യാനിയെന്നോ മുസ്ലീമെന്നോ ഉള്ള വേർതിരിവില്ലാത്ത ഒരു കാലം. അക്കാലത്ത് എല്ലാരും എല്ലാരുടേതുമാണ്.

ഏതാനും ആഴ്ചകൾ മാത്രമേ സുഭാഷിണി ലക്ഷ്മിയോടൊപ്പം താമസിച്ചുള്ളൂ. ലക്ഷ്മിയോട് യാത്ര പറഞ്ഞ അവർ പിന്നീട് വിപ്ലവപ്രസ്ഥാനങ്ങളിലൂടെ സ്വാതന്ത്ര്യസമര രംഗത്ത് സജീവമായി. കുറഞ്ഞ ദിവസങ്ങൾക്കുള്ളിൽ സുഭാഷിണി ലക്ഷ്മിയുടെ മനസിൽ ഒരു വിത്ത് പാകി – 'കമ്യൂണിസം.'

4

ഡോക്ടർ ലക്ഷ്മി

അച്ഛൻ ബുസരാമസ്വാമിനാഥൻ മദ്രാസിലെ പ്രശസ്തനായ അഭിഭാഷകനായിരുന്നു എന്നതുകൊണ്ടു തന്നെ സാമ്പത്തിക ബുദ്ധിമുട്ടുകളൊന്നും കുട്ടിക്കാലത്ത് ലക്ഷ്മിയുടെ കുടുംബത്തിന് അനുഭവിക്കേണ്ടി വന്നില്ല. സ്കൂളിലെ സഹപാഠികളും ലക്ഷ്മിയുടെ അടുത്ത സുഹൃത്തുക്കളുമെല്ലാം മദ്രാസിലെ സമ്പന്ന കുടുംബങ്ങളിൽ നിന്നുള്ളവരായിരുന്നു. എന്നാൽ ഈ സമ്പന്നതയിൽ ഇഴുകിച്ചേർന്ന് ജീവിക്കാൻ ലക്ഷ്മിയുടെ മനസ് അനുവദിച്ചില്ല. സ്കൂളിലേക്ക് പോവുമ്പോഴും സ്കൂളിൽനിന്നും തിരിച്ച് വരുമ്പോഴും അവൾ നാലുപാടും വീക്ഷിക്കും. തെരുവുകളിൽ വിയർപ്പൊഴുക്കുന്ന സാധാരണ ജനങ്ങൾ കഷ്ടപ്പെടുകയാണ്. അവർക്ക് മൂന്നുനേരം ഭക്ഷണം കഴിക്കാൻ സാധിക്കുന്നില്ല. ധരിക്കാൻ നല്ല വസ്ത്രങ്ങൾ ഇല്ല. എല്ലാവിധ സൗകര്യങ്ങളോടും കൂടി വലിയവീട്ടിൽ താൻ താമസിക്കുമ്പോൾ ഇവരുടെ ജീവിതം കൊച്ചുകൂരകളിലാണ്. റോഡരികിൽ, തന്റെ സമപ്രായക്കാരായ കുട്ടികൾ ജീവി

ക്കാനായി തലയിൽ ചുമടെടുക്കുന്നു. കഠിനാധ്വാനം മൂലം പല രോഗങ്ങളും ഇവർക്ക് പിടിപെടുന്നു. കിടപ്പിലായാൽ ചികിത്സയോ പരിചരണമോ ഇവർക്ക് ലഭിക്കില്ല.

ലക്ഷ്മി ഏറെ തലപുകഞ്ഞാലോചിച്ചു. രാജ്യത്തെ പാവപ്പെട്ട ജനങ്ങൾക്കുവേണ്ടി തനിക്ക് എന്ത് ചെയ്യാൻ

സാധിക്കും? മരുന്നോ ചികിത്സയോ ഇല്ലാതെ രോഗികൾക്ക് അടിമപ്പെട്ട് ദരിദ്രർ മരിച്ചുവീഴുന്നത് തടയാൻ താനൊരു ഡോക്ടറായേ തീരൂ. വീടുവീടാന്തരം കയറിയിറങ്ങി ചികിത്സ നടത്തണം. പാവങ്ങളുടെ കണ്ണീരൊപ്പണം....

ലക്ഷ്മി ഒരു തീരുമാനമെടുത്തു, ഡോക്ടറാവണം, പാവങ്ങളുടെ ഡോക്ടർ.

സ്കൂൾ വിദ്യാഭ്യാസം കഴിഞ്ഞാൽ ലക്ഷ്മിയെ ഉന്നതവിദ്യാഭ്യാസത്തിനായി ഇംഗ്ലണ്ടിലേക്കയയ്ക്കണമെന്നായിരുന്നു അച്ഛന്റെ ആഗ്രഹം. അച്ഛൻ പലതവണ തന്റെ ആഗ്രഹം ലക്ഷ്മിയോട് പറഞ്ഞെങ്കിലും അവൾ കൂട്ടാക്കിയില്ല.

“ഇംഗ്ലണ്ടിൽ പോയാൽ ഞാനെങ്ങനെ ബ്രിട്ടീഷുകാരെ എതിർക്കും? ഇവിടെ നടക്കുന്ന സ്വാതന്ത്ര്യസമരത്തിൽ ഞാനെങ്ങനെ പങ്കാളിയാവും?”

ലക്ഷ്മിയുടെ ചോദ്യങ്ങൾക്കൊന്നും വ്യക്തമായ മറുപടി പറയാതെ, അവളുടെ ജീവിതത്തിലെ താങ്ങും തണലും വഴികാട്ടിയുമെല്ലാമായിരുന്ന അച്ഛൻ 1930–ൽ മരണമടഞ്ഞു. അച്ഛനിൽനിന്നും ഉൾക്കൊണ്ട ആദർശങ്ങളാണ് പിൽക്കാലത്ത് ഉന്നതങ്ങൾ കീഴടക്കാൻ ലക്ഷ്മിക്ക് കരുത്ത് നൽകിയത്.

1938–ൽ മദ്രാസ് മെഡിക്കൽ കോളേജിൽ എം ബി ബി എസിന് പ്രവേശനം ലഭിച്ചതോടെ ഡോക്ടറാവണമെന്ന ലക്ഷ്മിയുടെ ആഗ്രഹം സാക്ഷാൽക്കരിക്കപ്പെട്ടു. എന്നാൽ പഠനത്തിനുശേഷം ജോലിതേടി സിംഗപ്പൂരിലേക്ക് പോവാൻ അവൾ നിർബന്ധിതയായി. കുടുംബപ്രശ്നങ്ങളായിരുന്നു കാരണം. അങ്ങനെ 1940 ജൂൺ 11–ന് ബ്രിട്ടീഷ് ഇന്ത്യൻ സ്റ്റീം നേവിഗേഷൻ കമ്പനി

യുടെ കപ്പലിൽ ലക്ഷ്മി മദ്രാസിൽനിന്നും സിംഗപ്പൂരിലേക്ക് യാത്ര തിരിച്ചു. പിറന്ന നാടിനുവേണ്ടി പോരാടാനും പാവപ്പെട്ടവർക്കുവേണ്ടി ആതുരസേവനം നടത്താനുമായി അധികം താമസിയാതെ ഇന്ത്യയിലേക്ക് തിരിച്ചുവരാനാവുമെന്ന പ്രതീക്ഷയോടെയായിരുന്നു ലക്ഷ്മിയുടെ യാത്ര.

5

യുദ്ധം തുടങ്ങുന്നു

രണ്ടാം ലോകമഹായുദ്ധം പൊട്ടിപ്പുറപ്പെടുന്ന സമയത്താണ് ലക്ഷ്മി സിംഗപ്പൂരിലെത്തിയത്. ഒരു ഭാഗത്ത് അമേരിക്ക, ഇംഗ്ലണ്ട്, റഷ്യ, ആസ്ട്രേലിയ തുടങ്ങിയ സഖ്യശക്തികൾ. ജർമനി, ജപ്പാൻ, ഇറ്റലി എന്നീ അച്ചുതണ്ട് ശക്തികളാണ് എതിർചേരിയിൽ. മലയ (ഇന്നത്തെ സിംഗപ്പൂരും മലേഷ്യയും ഉൾപ്പെടുന്ന പ്രദേശം) അന്ന് ഇംഗ്ലണ്ടിന്റെ കോളനിയായിരുന്നു.

"ഏതു നിമിഷം വേണമെങ്കിലും യുദ്ധം പൊട്ടിപ്പുറപ്പെടാം. ജപ്പാൻ എപ്പോൾ വേണമെങ്കിലും സിംഗപ്പൂരിനെ ആക്രമിക്കാം. ജീവൻ വേണമെങ്കിൽ ഓടി രക്ഷപ്പെട്ടോ."

ഒരു ചെറിയ ആശുപത്രിയിൽ ഡോക്ടറായി ജോലിചെയ്തിരുന്ന ലക്ഷ്മിയെ ചിലർ ഇങ്ങനെ ഉപദേശിച്ചപ്പോൾ വേറൊരു കൂട്ടരുടെ അഭിപ്രായം മറ്റൊരു വിധത്തിലായിരുന്നു.

"ജപ്പാൻകാർക്ക് കാഴ്ചശക്തി കുറവാണ്. കണ്ണുപൊട്ടന്മാർ കെട്ടിടത്തിലേക്കെന്നുകരുതി ബോംബിട്ടാൽ,

ബോംബ് വീഴുന്നത് പൊട്ടക്കിണറ്റിലായിരിക്കും. അവർക്ക് സിംഗപ്പൂരിനെ ഒന്നും ചെയ്യാൻ സാധിക്കില്ല."

ലക്ഷ്മിയുടെ അമ്മ യുദ്ധമുണ്ടാവുമെന്ന് ഭയന്ന് അവളോട് ഉടനെ നാട്ടിലേക്ക് മടങ്ങാൻ ആവശ്യപ്പെട്ടു. പക്ഷേ, ധൈര്യശാലിയായ ലക്ഷ്മി അതിന് തയ്യാറായില്ല. യുദ്ധത്തിൽ പരിക്കുപറ്റുന്നവരെ ശുശ്രൂഷിക്കാനായി മലയ സർക്കാർ രൂപീകരിച്ച ആതുരസേവനസംഘത്തിൽ ലക്ഷ്മി ചേർന്നു. എന്തിനെയും നേരിടാൻ അവൾ തയ്യാറെടുത്തു.

"ആരും പേടിക്കേണ്ട, ജപ്പാൻകാർ മലയയെ ആക്രമിച്ചാൽ നിമിഷങ്ങൾക്കുള്ളിൽ നമ്മൾ അവരെ തുരത്തിയോടിക്കും."

ബ്രിട്ടീഷുകാർ ഇങ്ങനെ വീരവാദം മുഴക്കുന്നതിനിടയിൽ ജപ്പാൻ സൈന്യം മലയയുടെ കിഴക്കൻതീരത്ത് മിന്നലാക്രമണം നടത്തി. ബ്രിട്ടീഷ് നാവികസേനയുടെ അഭിമാനമായിരുന്ന പ്രിൻസ് വെയിൽസ്, റിപ്പൾസ് എന്നീ രണ്ട് കപ്പലുകൾ ജപ്പാൻ സൈന്യം ബോംബിട്ട് തകർത്തു. ബി ബി സി, സിംഗപ്പൂർ റേഡിയോകളിലൂടെ മിന്നലാക്രമണവാർത്ത ജനങ്ങൾ അറിഞ്ഞപ്പോൾ മലയയിൽ ഭീതി പടർന്നു. ബ്രിട്ടീഷുകാർ തിരിച്ചടിക്കുമെന്ന് കരുതിയിരിക്കുന്നതിനിടയിലാണ് ജപ്പാൻ സൈന്യം പെനാൻഗ് നഗരം പിടിച്ചെടുത്തത്. ആക്രമണം ഉൾപ്രദേശങ്ങളിലേക്കുകൂടി വ്യാപിച്ചതോടെ ഭൂരിഭാഗംവരുന്ന തദ്ദേശവാസികളും സിംഗപ്പൂരിലെ റബർതോട്ടങ്ങളിലേക്ക് ഓടിയൊളിച്ചു.

യുദ്ധം രൂക്ഷമായി. ബോംബ് വർഷങ്ങളിൽ നിരവധി മനുഷ്യർ കൊല്ലപ്പെട്ടു. കെട്ടിടങ്ങൾ തകർന്നുവീണു. സിംഗപ്പൂരിലുണ്ടായിരുന്ന വിദേശികളിൽ ബഹു

ഭൂരിഭാഗവും എങ്ങനെയെങ്കിലും കപ്പൽകയറി യുദ്ധഭൂമിയിൽ നിന്നും രക്ഷപ്പെടാനുള്ള ശ്രമത്തിലായിരുന്നു.

എന്നാൽ, ലക്ഷ്മി യുദ്ധഭൂമിയിൽ മരണവുമായി മല്ലിടുന്നവരുടെ രോദനങ്ങൾക്കായി ചെവിയോർത്തു. കൈയും കാലും നഷ്ടപ്പെട്ടവരെ അവർ തന്റെ വീട്ടിലേക്ക് കൊണ്ടുപോയി. സഹപ്രവർത്തകരോടൊപ്പം ചേർന്ന് അവരുടെ ജീവൻ രക്ഷിക്കാനായി കഠിനപ്രയത്നം നടത്തി. പലരും അവളുടെ മടിയിൽ കിടന്ന് മരിച്ചു. 1942 ഫെബ്രുവരി മാസത്തോടെ ലക്ഷ്മിയുടെ വീട് ഒരു അഭയാർഥി കേന്ദ്രമായി മാറിയിരുന്നു,

6

ഗാന്ധിജിയുടെ മഹത്വം

ജപ്പാൻകാർ യുദ്ധത്തിൽ മുന്നേറുകയാണ്. ശക്തമായ ആക്രമണത്തിനുമുന്നിൽ പിടിച്ചുനിൽക്കാനാവാതെ ബ്രിട്ടീഷ് സൈന്യം ബുദ്ധിമുട്ടി. യുദ്ധം കൊടുമ്പിരി കൊള്ളുമ്പോഴും ലക്ഷ്മിയും സംഘവും രക്ഷാപ്രവർത്തനങ്ങളിൽ മുഴുകി.

ഒരുദിവസം വൈകിട്ട് വീട്ടിലേക്ക് മടങ്ങുന്നതിനിടയിൽ ഒരു വൻ മുഴക്കം കേട്ട ലക്ഷ്മി തന്റെ കാർ റോഡരുകിൽ നിർത്തി. സമീപപ്രദേശത്ത് ശക്തമായ വെടിവെപ്പ് നടക്കുകയാണ്. ലക്ഷ്മിയും സംഘവും ഞൊടിയിടയിൽ വണ്ടിയിൽനിന്നും പുറത്തിറങ്ങി. അവർ റോഡരികിലുള്ള ഒരു ചാലിൽ അഭയംതേടി.

വെടിയുണ്ടകൾ തലങ്ങും വിലങ്ങും ചീറിപ്പായുന്നു. ലക്ഷ്മി പതുക്കെ തലയുയർത്തി നോക്കി.

ജപ്പാൻ സൈന്യം. എല്ലാവരുടേയും കൈകളിൽ തോക്കുകളുണ്ട്. ബ്രിട്ടീഷ് സൈന്യത്തിന്റെ കണ്ണിൽ പെടാതിരിക്കാനായി ഇലകൾകൊണ്ടുള്ള തൊപ്പി തലയിൽവെച്ച് പുൽപ്പടർപ്പുകളിലൂടെ ഇഴഞ്ഞിഴഞ്ഞാണ്

നീങ്ങിയിരുന്നത്. സൈനികരുടെ വസ്ത്രങ്ങൾ മുഴുവൻ മണ്ണിൽ കുതിർന്നിരിക്കുന്നു.

"ആരാണവിടെ?"

ചാലിൽ കുനിഞ്ഞിരിക്കുകയായിരുന്ന ലക്ഷ്മിയും സംഘത്തിനും സൈന്യത്തിന്റെ ദൃഷ്ടിയിൽനിന്നും രക്ഷപ്പെടാനായില്ല.

"അയ്യോ... അവർ നമ്മുടെ അടുത്തേക്ക് വരുന്നു. അവർ നമ്മളെ കൊല്ലും."

കൂടെയുള്ളവരെല്ലാം ഞെട്ടിവിറച്ചപ്പോഴും ലക്ഷ്മിക്ക് തെല്ലും ഭയം തോന്നിയില്ല. സൈനികർ അടുത്തെത്തിയപ്പോൾ ലക്ഷ്മി തന്റെ കൈകൾ രണ്ടും പൊക്കി

പ്പിടിച്ചു. കൈകൾ പൊക്കിപ്പിടിച്ചാൽ കീഴടങ്ങിയെന്നാണർഥം.

ലക്ഷ്മിയും സംഘവും ശത്രുപക്ഷത്തുള്ളവരാണോ എന്നതായിരുന്നു സൈനികരുടെ പ്രധാന സംശയം. അവരുടെ പക്കൽ ആയുധമുണ്ടോ എന്നറിയുന്നതിനായി സൈനികർ ദേഹപരിശോധന നടത്തിക്കൊണ്ടിരുന്നു.

അവരെ വെറുതെവിട്ടു. അവർ ഇന്ത്യക്കാരാണ്. മഹാത്മാഗാന്ധിയുടെ നാട്ടുകാർ. നമ്മുടെ ശത്രുക്കളല്ല, മിത്രങ്ങളാണ്. ഗാന്ധിജിയുടെ മഹത്വം വിളിച്ചു പറഞ്ഞുകൊണ്ട് ഒരു പട്ടാളക്കാരൻ അവരുടെ അടുത്തേക്ക് ഓടിയെത്തിയതോടെ സംഘം പിന്മാറി. അവർ ലക്ഷ്മിയോടും സുഹൃത്തുക്കളോടും മാപ്പു പറഞ്ഞു.

ബ്രിട്ടീഷുകാരെ ആയുധംകൊണ്ട് നേരിടുന്ന ജപ്പാൻകാർവരെ, ബ്രിട്ടീഷുകാർക്കെതിരെ അക്രമരഹിത സമരം നടത്തുന്ന മഹാത്മാഗാന്ധിയെ ആരാധിക്കുന്നുണ്ടെന്ന കാര്യം ലക്ഷ്മി അന്നാണ് മനസിലാക്കിയത്!

7

ഐ എൻ എ

യുദ്ധം തൽക്കാലത്തേക്ക് അവസാനിച്ചു. സിംഗപ്പൂർ പൂർണ്ണമായും കൈപ്പിടിയിലായതോടെ ആ രാജ്യത്ത് താമസിച്ചിരുന്ന ലക്ഷ്മിയടക്കമുള്ള ആയിരക്കണക്കിന് ഇന്ത്യക്കാരുടെ ജീവിതം അനിശ്ചിതത്വത്തിലായി. നേരത്തെ ബ്രിട്ടീഷുകാർക്കുവേണ്ടി യുദ്ധം ചെയ്തിരുന്നവരിൽ അറുപതിനായിരത്തോളം ഇന്ത്യക്കാരുണ്ടായിരുന്നു. ഇവരെയെല്ലാം ജപ്പാൻകാർ യുദ്ധതടവുകാരാക്കി. ബ്രിട്ടീഷുകാരോടും ചൈനക്കാരോടും ക്രൂരമായി പെരുമാറിയിരുന്ന ജപ്പാൻ സൈന്യം ഇന്ത്യക്കാരോട് മാന്യമായാണ് പെരുമാറിയിരുന്നത്. രണ്ടു കൂട്ടരുടെയും മുഖ്യശത്രു ബ്രിട്ടീഷുകാരാണല്ലോ.

ജപ്പാന്റെ നിയന്ത്രണത്തിലുള്ള കിഴക്കൻ ഏഷ്യൻ രാജ്യങ്ങളിലായി അക്കാലത്ത് മുപ്പത് ലക്ഷത്തോളം ഇന്ത്യക്കാർ ജോലി ചെയ്തിരുന്നു. ജപ്പാന്റെ പിന്തുണയോടെ ഇവരെ മുഴുവൻ ബ്രിട്ടീഷുകാർക്കെതിരെ അണിനിരത്തിയാൽ ഇന്ത്യക്ക് സ്വാതന്ത്ര്യം ലഭിക്കുമെന്ന് സിംഗപ്പൂരിലുണ്ടായിരുന്ന പല ഇന്ത്യൻ നേതാക്കളും

കണക്കുകൂട്ടി. അക്കാലത്ത് കിഴക്കൻ ഏഷ്യയിലെ ഇന്ത്യക്കാരെ സംഘടിപ്പിച്ചിരുന്ന കെ പി കേശവമേനോൻ, ക്യാപ്റ്റൻ മോഹൻസിംഗ്, റാഷ് ബിഹാരി ബോസ് തുടങ്ങിയവർ ജപ്പാൻ സർക്കാരുമായി ചർച്ചയാരംഭിച്ചു. ജപ്പാന്റെ മുഖ്യശത്രു ബ്രിട്ടനെതിരെയുള്ള യുദ്ധത്തിൽ കിഴക്കൻ ഏഷ്യയിലെ ഇന്ത്യക്കാർ ജപ്പാനെ സഹായിക്കും. ഇതിന് പകരമായി, ബ്രിട്ടീഷുകാരെ തുരത്തി ഇന്ത്യക്ക് സ്വാതന്ത്ര്യം നേടിയെടുക്കാൻ ജപ്പാൻകാർ ഇന്ത്യയെ സഹായിക്കണം. ഇന്ത്യൻ നേതാക്കൾ മുന്നോട്ടുവെച്ച ആവശ്യങ്ങൾ ജപ്പാൻ പ്രധാനമന്ത്രി ടോജോ അംഗീകരിച്ചതോടെ ഇന്ത്യയും ജപ്പാനും തമ്മിലുള്ള സഹകരണം ശക്തമായി. ഇതിനെത്തുടർന്ന് റാഷ് ബിഹാരി ബോസ് പ്രസിഡന്റായി ഇന്ത്യൻ ഇന്റിപെന്റൻസ് ലീഗും, ജനറൽ മോഹൻസിംഗ് കമാന്റിംഗ് ഓഫീസറായി ഇന്ത്യൻ നാഷണൽ ആർമിയും നിലവിൽവന്നു.

പുതിയ സംഭവവികാസങ്ങളെയെല്ലാം ലക്ഷ്മി ശ്രദ്ധാപൂർവം നിരീക്ഷിക്കുകയായിരുന്നു. ഗാന്ധിജിയുടെ അഹിംസാ സമരരീതിയിലുള്ള ഇന്ത്യക്ക് ശരിയായ സ്വാതന്ത്ര്യം ലഭിക്കില്ല. സായുധസമരത്തിലൂടെ മാത്രമേ ഇന്ത്യക്ക് സ്വാതന്ത്ര്യം ലഭിക്കൂ എന്ന് അവൾ ഉറച്ച് വിശ്വസിച്ചു.

ഇനി കാത്തു നിൽക്കാൻ സമയമില്ല. ലക്ഷ്മി ഇന്ത്യൻ നാഷണൽ ആർമിയിൽ ചേർന്നു. കൂട്ടുകാരോടും സഹപ്രവർത്തകരോടുമെല്ലാം ഐ എൻ എയിൽ ചേരാൻ ആവശ്യപ്പെട്ടു.

“ജപ്പാൻകാരെ എങ്ങനെ വിശ്വസിക്കും? നമ്മൾ

യുദ്ധം ചെയ്ത് ബ്രിട്ടീഷുകാരെ തുരത്തിയോടിച്ചാൽ ജപ്പാൻകാർ അധികാരം ഏറ്റെടുക്കില്ല എന്നതിന് എന്താണ് ഉറപ്പ്?"

ഇത്തരം സംശയങ്ങളാണ് അന്ന് സിംഗപ്പൂരിലെ പല ഇന്ത്യക്കാർക്കും ഉണ്ടായിരുന്നത്. ഇവരുടെയെല്ലാം ആശങ്കകൾ അകറ്റുക എന്നതായിരുന്നു അന്ന് ലക്ഷ്മി യുടെ പ്രധാന ജോലി. തുടർന്നുള്ള ദിവസങ്ങളിൽ പല ഇന്ത്യക്കാരും ഇന്ത്യൻ ഇൻഡിപെൻ്റൻ്റ്സ് ലീഗിലും ഐ എൻ എയിലും ചേർന്നുതുടങ്ങി.

പുതിയ സംഘടനകളുടെ സന്ദേശങ്ങൾ പ്രചരി പ്പിക്കുന്നതിനായി ജപ്പാനിലെ സയനോൺ റേഡിയോ സമയം നീക്കിവെച്ചിരുന്നു. കെ പി കേശവമേനോന്റെ നേതൃത്വത്തിലുള്ള പ്രചാരണവിഭാഗം ഇംഗ്ലീഷിലും ഹിന്ദിയിലും മറ്റ് പ്രാദേശിക ഭാഷകളിലുമാണ് ചെറിയ വാർത്താ ബുള്ളറ്റിനുകൾ പ്രക്ഷേപണം ചെയ്തിരുന്നത്.

1942 ആഗസ്റ്റ് 19-ന് ലക്ഷ്മി ആദ്യമായി സയ നോൺ റേഡിയോ ഓഫീസിലെ മൈക്കിന് മുന്നിലിരു ന്നു. അവൾ ലോകം മുഴുവനുമുള്ള ഇന്ത്യക്കാരോടായി ആഹ്വാനം ചെയ്തു.

"നമ്മൾ ബ്രിട്ടീഷുകാരെ ഇന്ത്യയിൽ നിന്നും തുര ത്തിയോടിക്കണം. ജപ്പാൻകാരുടെ പൂർണപിന്തുണ നമു ക്കുണ്ട്. നമ്മൾ ഒരുമിച്ച് നീങ്ങണം. അവസാന യുദ്ധ ത്തിനായി എല്ലാവരും തയ്യാറെടുക്കുക."

സയനോൺ റേഡിയോവിലൂടെയുള്ള ആദ്യ പ്ര ക്ഷേപണം അവസാനിച്ചപ്പോൾ ലക്ഷ്മിയുടെ ചിന്ത മറ്റൊരു ദിശയിലായിരുന്നു. യുദ്ധം ആരംഭിച്ചതിനു ശേഷം ഇതേവരെ അമ്മയുമായി ബന്ധപ്പെടാൻ സാധി

ച്ചിട്ടില്ല. യുദ്ധത്തിൽ താൻ മരിച്ചുപോയെന്ന് അമ്മ കരുതി കാണുമോ? ഇല്ല. ഇന്ന് റേഡിയോവിലൂടെ അമ്മ തന്റെ ശബ്ദം ശ്രവിച്ചിരിക്കും. താൻ ജീവിച്ചിരിപ്പുണ്ടെന്ന് അമ്മ കരുതിക്കാണും.

8

നേതാജി സുഭാഷ്ചന്ദ്ര ബോസ്

അന്ന് ലക്ഷ്മിയടക്കമുള്ള സിംഗപ്പൂരിലെ ഇന്ത്യക്കാരെല്ലാം ടോക്കിയോ റേഡിയോവിലൂടെ മുഴങ്ങിക്കേൾക്കുന്ന ആ ഗാംഭീര്യമുള്ള വാക്കുകളിലേക്ക് ചെവി കൂർപ്പിച്ചു.

"ഞാനിതാ ജപ്പാന്റെ തലസ്ഥാനമായ ടോക്കിയോവിൽ എത്തിക്കഴിഞ്ഞു. ഇനി ഉടനെ നിങ്ങളോടൊപ്പം ചേരും. ബ്രിട്ടീഷുകാർക്കെതിരെയുള്ള അവസാനയുദ്ധം ആരംഭിക്കാൻ സമയമായി. എല്ലാവരും തയ്യാറെടുക്കുക."

ലക്ഷ്മി ഏറ്റവുമധികം ആരാധിക്കുന്ന നേതാജി സുഭാഷ്ചന്ദ്ര ബോസിന്റെ വാക്കുകളായിരുന്നു അത്. സ്വാതന്ത്ര്യസമരത്തിന്റെ നേതൃനിരയിലുള്ള നേതാജിക്ക് ഗാന്ധിജിയുടെ അക്രമരഹിത സമരരീതിയോട് കടുത്ത വിയോജിപ്പുണ്ടായിരുന്നു. ബ്രിട്ടീഷുകാർക്കെതിരെ യുദ്ധം ചെയ്ത് സ്വാതന്ത്ര്യം നേടണമെന്ന നേതാജിയുടെ നിലപാടിനെ കോൺഗ്രസിലെ പ്രമുഖ നേതാക്കളെല്ലാം എതിർത്തു. ക്വിറ്റ് ഇന്ത്യാ സമരകാലത്ത്

ബ്രിട്ടീഷുകാർ അദ്ദേഹത്തെ തടവിലാക്കി. നേതാജി യാവട്ടെ ജയിലിനകത്ത് മരണംവരെ നിരാഹാരസമരം ആരംഭിച്ചു. നേതാജി ജയിലിൽവെച്ച് മരണമടഞ്ഞാൽ പ്രശ്നം ഗുരുതരമാവുമെന്ന് തിരിച്ചറിഞ്ഞ ബ്രിട്ടീഷ് സർക്കാർ അദ്ദേഹത്തെ വീട്ടുതടങ്കലിലേക്ക് മാറ്റി. ബുദ്ധിമാനായ നേതാജിയാവട്ടെ തന്ത്രപൂർവ്വം വീട്ടിന് പുറത്തുകടന്നു. ബ്രിട്ടീഷുകാരുടെ കണ്ണുവെട്ടിച്ച് ജർമ നിയിലെത്തി. ജർമൻ ഭരണാധികാരി ഹിറ്റ്ലറുമായി നട ത്തിയ ചർച്ചക്കുശേഷം അവസാനം ഇപ്പോൾ ജപ്പാനി ലുമെത്തിയിരിക്കുന്നു.

നേതാജിയുടെ വീരകഥകൾ ഐ എൻ എ സമര ഭടന്മാർ വിവരിച്ചപ്പോൾ ലക്ഷ്മി ആവേശംകൊണ്ടു. 1943 ജൂലായ് 2–ന് നേതാജി സിംഗപ്പൂരിലെത്തിയപ്പോൾ, വിമാനത്താവളത്തിൽ സ്വീകരിക്കാനെത്തിയ ഇന്ത്യക്കാ രുടെ കൂട്ടത്തിൽ ലക്ഷ്മിയുമുണ്ടായിരുന്നു. നേതാജി യുടെ സാന്നിധ്യം ഐ എൻ എക്ക് പുത്തൻ ഉണർവ് പകർന്നു. ജനറൽ മോഹൻസിംഗ് നേതാജിക്കായി ഐ എൻ എയുടെ സുപ്രീം കമാന്റർ സ്ഥാനമൊഴിഞ്ഞു. ഐ എൻ എയുടെ നേതൃത്വം ഏറ്റെടുത്തതിനുശേഷം നേതാജി നടത്തിയ പ്രസംഗം ഏവരെയും ആവേശം കൊള്ളിച്ചു.

“നമ്മുടെ എതിരാളി ശക്തരാണ്. അവരെ തോൽപ്പി ക്കുക എളുപ്പമല്ല. നാം പിന്മാറരുത്. ഇന്ത്യക്ക് പുറത്ത് തെക്ക് കിഴക്കൻ ഏഷ്യയിൽ ആകെ 30 ലക്ഷം ഇന്ത്യ ക്കാരുണ്ട്. ഇവരെയെല്ലാം നമ്മൾ ഒപ്പം നിർത്തണം. ആയുധമെടുത്ത് നമ്മൾ ബ്രിട്ടീഷുകാർക്കെതിരെ പോരാ ടണം. പിറന്നമണ്ണിനുവേണ്ടി മരണംവരിക്കാൻ നിങ്ങൾ തയ്യാറാണോ?”

"ഞങ്ങൾ തയ്യാറാണ് നേതാജി."

സദസിൽനിന്നും ആർപ്പുവിളികൾ മുഴങ്ങി. ജന്മ നാടിനോട് സ്നേഹമുള്ള ഏത് ഇന്ത്യക്കാരനിലും രാജ്യ സ്നേഹമുണർത്തുന്നതായിരുന്നു ആ പ്രസംഗം.

നേതാജി തുടർന്നു;

"നേരത്തെ ബ്രിട്ടീഷ് സൈന്യത്തിനുവേണ്ടി യുദ്ധം ചെയ്തിരുന്ന ഇന്ത്യൻ പട്ടാളക്കാർ മാത്രമല്ല, തെക്കു കിഴക്കൻ ഏഷ്യയിലെ എല്ലാ ഇന്ത്യക്കാരേയും നമ്മോടൊപ്പം ചേർക്കും. പുരുഷന്മാർ മാത്രമല്ല സ്ത്രീകളും യുദ്ധത്തിൽ പങ്കാളികളാവും. ബ്രിട്ടീഷുകാരോട് യുദ്ധം ചെയ്ത് മരണംവരിച്ച ധീരദേശാഭിമാനി ഝാൻസി റാണിയെപ്പറ്റി നിങ്ങൾ കേട്ടിട്ടില്ലേ? അവരുടെ പേരിൽ നമ്മൾ സ്ത്രീകൾക്കായി ഒരു പ്രത്യേക സേന രൂപീകരിക്കും, ഝാൻസി റാണി റെജിമെന്റ്. നമ്മോടൊപ്പം നമ്മുടെ സഹോദരിമാരും സ്വാതന്ത്ര്യത്തിനുവേണ്ടി തോക്കുകൾ കയ്യിലേന്തും."

ലക്ഷ്മി ആവേശഭരിതയായിരുന്നു. അവൾ ഉച്ചത്തിൽ വിളിച്ചുകൂവി.

"ബ്രിട്ടീഷുകാർ ഇന്ത്യ വിടുക. നേതാജി സുഭാഷ്ചന്ദ്ര ബോസ് സിന്ദാബാദ്."

നേതാജിയുടെ പ്രസംഗം അവസാനിച്ചപ്പോൾ മാനത്ത് ഇടിമിന്നലുകളുടെ അലർച്ചയായിരുന്നു. മഴ തിമിർത്ത് പെയ്തു. തിരിച്ച് വീട്ടിലെത്തിയിട്ടും നേതാജിയുടെ വാക്കുകൾ ലക്ഷ്മിയുടെ ചെവികളിൽ മുഴങ്ങി. തിരിഞ്ഞും മറിഞ്ഞും കിടന്നിട്ടും അവൾക്ക് ഉറക്കം വന്നില്ല. നേതാജി രൂപീകരിക്കുന്ന ഝാൻസി റാണി റെജിമെന്റും ബ്രിട്ടീഷുകാർക്കെതിരെ വെടിയുതിർക്കുന്ന വനിതാ സൈനികരുമെല്ലാമായിരുന്നു അവളുടെ മനസുനിറയെ.

9

ഝാൻസിറാണി റെജിമെന്റ്

സ്ത്രീകളെ എങ്ങനെ സംഘടിപ്പിക്കുമെന്നതായിരുന്നു ലക്ഷ്മിയുടെ ചിന്ത. ജീവിക്കാൻ വേറെ മാർഗങ്ങളൊന്നുമില്ലാതെ ഇന്ത്യയിൽനിന്നും കപ്പൽകയറിയവരാണ് തെക്കുകിഴക്കൻ ഏഷ്യയിലെ ബഹുഭൂരിഭാഗം വരുന്ന ഇന്ത്യൻ കുടുംബങ്ങളും. മലയയിലെ റബ്ബർതോട്ടങ്ങളിലും മറ്റും ജോലിചെയ്താണ് മിക്കവരും ജീവിക്കുന്നത്. പുരുഷന്മാരോടൊപ്പം സ്ത്രീകളും പകൽ മുഴുവൻ കഠിനാധ്വാനം ചെയ്യും. വൈകിട്ട് വീട്ടിലെത്തിയാൽ ഇവർക്ക് ഭർത്താവിനെയും കുട്ടികളെയും പരിപാലിക്കണം. ഇവരെങ്ങനെ തോക്കുകൾ കയ്യിലേന്തി ബ്രിട്ടീഷുകാർക്കെതിരെ യുദ്ധം ചെയ്യും?

ഇത്തരം ചിന്തകൾ ലക്ഷ്മിയെ ആശങ്കാകുലയാക്കിയെങ്കിലും അവൾ തളർന്നില്ല. ഐ എൻ എയുടെ നേതാവായ യെല്ലപ്പയ്ക്ക് മുന്നിൽ ലക്ഷ്മി വിഷമങ്ങൾ ഓരോന്നായി നിരത്തിവെച്ചു. സൗമ്യസ്വഭാവക്കാരനായ യെല്ലപ്പ ലക്ഷ്മിയെ സമാധാനിപ്പിച്ചു.

"സ്ത്രീകൾ ശക്തരാണ്. സ്ത്രീകളും പുരുഷ

ന്മാരും തുല്യരാണ്. ഇന്ത്യക്കാരായ സ്ത്രീകളെ നേരിൽക്കണ്ട് അവരെ കാര്യങ്ങൾ പറഞ്ഞ് മനസിലാക്കണം. അവരുടെ ശക്തിയെന്തെന്ന് അവരെ ബോധ്യപ്പെടുത്തണം. ബ്രിട്ടീഷുകാർക്കെതിരെ യുദ്ധം ചെയ്യാൻ സ്ത്രീകളെ സന്നദ്ധരാക്കണം. ആദ്യം നാലോ അഞ്ചോ പേരേ നമ്മോടൊപ്പം ഉണ്ടാവൂ. പതുക്കെ ഇത് നാന്നൂറും നാലായിരവുമായി മാറും."

യെല്ലപ്പയുമായുള്ള ചർച്ച കഴിഞ്ഞ ഉടൻ ലക്ഷ്മി തന്റെ ദൗത്യമാരംഭിച്ചു. അവൾ ഇന്ത്യക്കാരുടെ വീടുകൾതോറും കയറിയിറങ്ങി. സ്വാതന്ത്ര്യസമരത്തെക്കുറിച്ചും ഐ എൻ എയെക്കുറിച്ചും ഝാൻസിറാണി റെജിമെന്റിനെക്കുറിച്ചുമെല്ലാം അവൾ അമ്മമാർക്കും സഹോദരിമാർക്കും വിശദീകരിച്ചുകൊടുത്തു. പലർക്കും തങ്ങൾ അനുഭവിക്കുന്ന കഷ്ടപ്പാടുകളെക്കുറിച്ചാണ് ലക്ഷ്മിയോട് പറയാനുണ്ടായിരുന്നത്.

“നമ്മൾ ഇന്ന് അനുഭവിക്കുന്ന കഷ്ടപ്പാടുകൾക്കെല്ലാം കാരണക്കാർ ബ്രിട്ടീഷുകാരാണ്. ഒരു കാര്യത്തിലും നമ്മൾ സ്ത്രീകൾ പുരുഷന്മാരേക്കാൾ പിറകിലല്ല. അവർക്ക് തോക്കെടുക്കാമെങ്കിൽ എന്തുകൊണ്ട് നമുക്കായിക്കൂടാ.”

ഏറെ ദിവസത്തെ കഠിനപ്രയത്നത്തിനുശേഷം ഇരുപതോളം സ്ത്രീകൾ ഝാൻസിറാണി റെജിമെന്റിൽ ചേരാൻ സന്നദ്ധരായി. ഈ സ്ത്രീകളെ അണിനിരത്തിക്കൊണ്ട് ലക്ഷ്മി സിംഗപ്പൂരിൽ ബ്രിട്ടീഷുകാർക്കെതിരെ ഒരു പ്രകടനം സംഘടിപ്പിക്കുകയും ചെയ്തു.

ലക്ഷ്മിയുടെ പ്രവർത്തനങ്ങൾ സുഭാഷ്ചന്ദ്ര ബോസ് സസൂക്ഷ്മം നിരീക്ഷിക്കുന്നുണ്ടായിരുന്നു. ലക്ഷ്മിയുടെ ധൈര്യവും ആത്മാർഥതയുമെല്ലാം തിരിച്ചറിഞ്ഞ നേതാജി ഒരു ദിവസം അവളെ വീട്ടിലേക്ക് വിളച്ചു. അന്നാണ് ഇരുവരും ആദ്യമായി നേരിട്ട് ചർച്ച നടത്തിയത്.

“ബ്രിട്ടീഷുകാരിൽനിന്നും നമ്മുടെ രാജ്യത്തെ മോചിപ്പിക്കാനുള്ള യുദ്ധം ഏതുനിമിഷം വേണമെങ്കിലും ആരംഭിക്കാം. നേരിട്ടുള്ള യുദ്ധത്തിൽ ഒരുപക്ഷെ ഞാനും ലക്ഷ്മിയും കൊല്ലപ്പെട്ടെന്നുവരാം. ലക്ഷ്മിക്ക് മരിക്കാൻ പേടിയുണ്ടോ?”

“ഇല്ല നേതാജീ. എനിക്ക് മാത്രമല്ല, എന്റെ കൂടെയുള്ള സ്ത്രീകൾക്കെല്ലാം പിറന്നനാടിനുവേണ്ടി മരിക്കാൻ സന്തോഷം മാത്രമേയുള്ളൂ.”

അങ്ങനെ, 1943 ജൂലായ് 13–ന് ലക്ഷ്മിയെ ഝാൻസിറാണി റെജിമെന്റിന്റെ കമാന്ററായി സുഭാഷ്ചന്ദ്ര ബോസ് നിയമിച്ചു. ഇന്ത്യൻ സ്വാതന്ത്ര്യസമരത്തിനുവേണ്ടി രൂപീകരിക്കപ്പെട്ട ആദ്യത്തെയും അവസാനത്തെയും വനിതാ പട്ടാള ഗ്രൂപ്പായിരുന്നു ഝാൻസിറാണി റെജിമെന്റ്.

10

മരണഭയമില്ലാത്ത വനിതാപട്ടാളം

ഝാൻസിറാണി റെജിമെന്റിലേക്കുള്ള വനിതാ സൈനികരെ കണ്ടെത്തുന്നതിനായി പെനാൻഗ്, ഇപോഹ്, കോലാലംപൂർ തുടങ്ങിയ നിരവധി സ്ഥലങ്ങൾ ലക്ഷ്മി സന്ദർശിച്ചു. ഇവിടങ്ങളിലെ ഇന്ത്യക്കാരിൽ നിന്നെല്ലാം ലക്ഷ്മിക്ക് നല്ല വരവേൽപ്പാണ് ലഭിച്ചത്. നേതാജി റെജിമെന്റ് ഉദ്ഘാടനം ചെയ്യുമ്പോൾ ഈ വനിതാ സൈന്യത്തിലെ അംഗസംഖ്യ നൂറ്റി അമ്പത് കവിഞ്ഞിരുന്നു. പരിശീലനം ആരംഭിച്ചതോടെ ഇത് മുന്നൂറായി ഉയർന്നു. ഇവരിൽ സമ്പന്നരും ദരിദ്രരുമെല്ലാം ഉണ്ടായിരുന്നു.

ഐ എൻ എയിലെ ഉദ്യോഗസ്ഥർ കഠിനമായ പരിശീലനമാണ് നൽകിയിരുന്നത്. രാവിലെ ആറ് മണിക്ക് ആരംഭിക്കുന്ന പരിശീലന ക്യാമ്പ് ഏറെ വൈകിയാണ് അവസാനിക്കുക. ബ്രിട്ടീഷ് സൈനികരാണ് എതിരാളികൾ. അവരെ യുദ്ധം ചെയ്ത് തോൽപ്പിക്കാൻ ശാരീരികമായും മാനസികമായും സ്ത്രീകളെ പ്രാപ്തരാക്കണം.

"നമ്മൾ തളരാൻ പാടില്ല കൂട്ടരേ, നമ്മൾ തളർന്നു പോയാൽ ഇന്ത്യക്ക് ഒരിക്കലും ബ്രിട്ടീഷുകാരിൽ നിന്നും മോചനം ലഭിക്കില്ല."

കഠിനമായ പരിശീലനത്തിനിടയിൽ ആരെങ്കിലും അവശരായി നിലത്ത് ഇരിക്കുകയോ കിടക്കുകയോ ചെയ്താൽ ലക്ഷ്മി അടുത്തുചെന്ന് ഇങ്ങനെ ഉപദേശിക്കുമായിരുന്നു.

രാവിലെ ആറ് മണിക്ക് ദേശീയ പതാക ഉയർത്തിക്കൊണ്ടാണ് ക്യാമ്പ് ആരംഭിച്ചിരിക്കുന്നത്. അതിനു ശേഷം നാൽപ്പത്തഞ്ച് മിനിട്ട്നേരം വിവിധ വ്യായാമമുറകൾ പരിശീലിപ്പിക്കും. പിന്നെ കുളിയും പ്രഭാതഭക്ഷണവും. ചായയും ബിസ്കറ്റുമായിരുന്നു പ്രഭാതഭക്ഷണം. വീണ്ടും കഠിനമായ പരിശീലനം തുടങ്ങും. തോക്ക് കയ്യിലേന്തി ശത്രുവിനെ ലക്ഷ്യമിട്ട് ഇഴഞ്ഞു

നീങ്ങാനും ഉന്നംപിടിച്ച് വെടിവെക്കാനുമെല്ലാം സ്ത്രീകൾ ഏറെ വൈദഗ്ധ്യം കാണിച്ചു.

"ഇങ്ങനെ പോയാൽ ഇവർ ബ്രിട്ടീഷുകാരെ മാത്രമല്ല. ലോകത്തെ എല്ലാ പുരുഷന്മാരേയും തോൽപ്പിക്കും."

സ്ത്രീകളുടെ മികച്ച പ്രകടനംകണ്ട് പരിശീലകരായ ഐ എൻ എ ഉദ്യോഗസ്ഥർപോലും ചില സന്ദർഭങ്ങളിൽ അസൂയാലുക്കളായി.

ഉച്ചഭക്ഷണത്തിനുശേഷം ഒരു മണിക്കൂർ നേരം ഹിന്ദി പഠനം നിർബന്ധമായിരുന്നു. വൈകുന്നേരം എല്ലാവർക്കും ഇഷ്ടമുള്ള കളികളിൽ ഏർപ്പെടാം. അത്താഴത്തിനുശേഷം എല്ലാവരും ഒത്തുകൂടി പാട്ടു പാടുകയും നൃത്തം ചെയ്യുകയും നാടകം കളിക്കുകയുമെല്ലാം ചെയ്യും. തങ്ങൾ യുദ്ധം ചെയ്യാൻ പോവുന്നവരാണെന്ന ഭീതിയോ മരണഭയമോ ഒന്നുമില്ലാതെ രാത്രികളിൽ എല്ലാവരും ആടിപ്പാടി തിമിർക്കും.

ചില രാത്രികൾ വനിതാസൈന്യം തെരുവുകളിലൂടെ റൂട്ട് മാർച്ച് നടത്തുമായിരുന്നു. പട്ടാളക്കാരുടെ യൂണിഫോം ധരിച്ച് കൈകളിൽ തോക്കുകളേന്തിക്കൊണ്ടുള്ള മുന്നൂറോളം സ്ത്രീകളുടെ മാർച്ച് കാണുന്നതിനായി തെരുവുകളുടെ ഇരുഭാഗത്തും സ്ത്രീകളും കുട്ടികളും തടിച്ചുകൂടും. പുരുഷപട്ടാളക്കാരുടെ മാർച്ചുകൾ മാത്രം കണ്ടിരുന്നവർക്ക് ഇതൊരു പുതിയ അനുഭവമായിരുന്നു.

"എന്നേയും നിങ്ങളുടെ പട്ടാളത്തിൽ ചേർക്കുമോ?" ഒരു ദിവസം ഒരു മലയ പെൺകുട്ടി ലക്ഷ്മിയുടെ അടുത്തെത്തി അവളുടെ ആഗ്രഹം പറഞ്ഞു.

"എന്നേയും പട്ടാളത്തിൽ ചേർക്കൂ. ഞാനും നിങ്ങളോടൊപ്പം ബ്രിട്ടീഷുകാർക്കെതിരെ യുദ്ധം ചെയ്യാം."

"ഇല്ല മോളേ... ഈ സൈന്യത്തിൽ ഞങ്ങൾ ഇന്ത്യക്കാരെ മാത്രമേ ചേർക്കൂ."

നിരാശയോടെ അവൾ മടങ്ങിപ്പോയി.

ഝാൻസിറാണി റെജിമെന്റിൽ അംഗങ്ങളായിരുന്ന ഒട്ടുമിക്ക സ്ത്രീകൾക്കും ഭർത്താക്കന്മാരും കുട്ടികളുമെല്ലാം ഉണ്ടായിരുന്നു. പലരും ഇവരെയെല്ലാം ഉപേക്ഷിച്ചാണ് യുദ്ധഭൂമിയിലേക്കിറങ്ങാൻ തീരുമാനിച്ചത്. ഭയമില്ലാത്തവരെ മാത്രമേ സൈന്യത്തിലെടുത്തിരുന്നുള്ളൂ. എന്നിട്ടുകൂടി ഇന്ത്യക്കാരല്ലാത്ത സ്ത്രീകൾ പോലും ഈ സൈന്യത്തിൽ ചേരാൻ താൽപ്പര്യം കാണിച്ചു. ഇന്ത്യൻ ചരിത്രത്തിൽ ഝാൻസി റാണി റെജിമെന്റിന് ഏറെ പ്രാധാന്യം കൈവരാനുള്ള കാരണവും ഇതു തന്നെയാണ്.

11

ലക്ഷ്മി മന്ത്രിയാവുന്നു

"ഇനി നമുക്ക് സ്വയം സ്വാതന്ത്ര്യം പ്രഖ്യാപിക്കാം. ബ്രിട്ടീഷുകാരുടെ അനുമതിക്കായി കാത്തിരിക്കേണ്ടതില്ല. ഇന്ത്യക്കാരുടേതായ ഒരു സർക്കാർ രൂപീകരിച്ച് ഭരണം തുടങ്ങാം."

സുഭാഷ്ചന്ദ്ര ബോസിന്റെ ഈ അഭിപ്രായം സ്വീകരിക്കാൻ മഹാത്മാഗാന്ധിയടക്കമുള്ള ഇന്ത്യൻ നാഷണൽ കോൺഗ്രസിലെ നേതാക്കളാരും തയ്യാറായില്ല. ആദ്യം ബ്രിട്ടീഷുകാർ രാജ്യംവിടട്ടെ. അതിനുശേഷം സർക്കാർ രൂപീകരണത്തെക്കുറിച്ച് ആലോചിക്കാമെന്നായിരുന്നു ഗാന്ധിജിയുടെ നിലപാട്. എന്നാൽ, കോൺഗ്രസുകാരുടെ എതിർപ്പ് അവഗണിച്ചുകൊണ്ട് സമാന്തര സർക്കാർ ഉണ്ടാക്കാനുള്ള ശ്രമങ്ങളുമായി നേതാജി മുന്നോട്ടുപോയി. അദ്ദേഹം സിംഗപ്പൂരിലെ പ്രമുഖരായ ഇന്ത്യക്കാരെയെല്ലാം വിളിച്ചുചേർത്തു. അവരുടെ മുന്നിൽ തന്റെ നിലപാട് വിശദീകരിച്ചു.

"ഭാരതീയരേ, ആരുടെയും കാരുണ്യത്തിനായി

നമ്മൾ കാത്തിരിക്കേണ്ടതില്ല. നമ്മുടെ രാജ്യം ഭരിക്കേണ്ടത് നമ്മളാണ്. ബ്രിട്ടീഷുകാർക്കെതിരെയുള്ള നമ്മുടെ യുദ്ധം ഏത് നിമിഷവും ആരംഭിക്കാം. ഭാരതത്തിനു പുറത്ത് ഭാരതീയരുടെ പിന്തുണയോടെ ഒരു സർക്കാർ നമ്മൾ ഉടനെ രൂപീകരിക്കും. ബ്രിട്ടനും അമേരിക്കയും എതിർത്താലും പല രാജ്യങ്ങളും ഈ സർക്കാരിനെ അംഗീകരിക്കും. ബ്രിട്ടീഷ് സർക്കാരിനെതിരെ യുദ്ധം ചെയ്യുന്നത് ഒരു ഇന്ത്യൻ സർക്കാരായിരിക്കും. നിങ്ങൾക്ക് സമ്മതമാണോ കൂട്ടരേ...?"

"അതേ.. അതേ..."

യോഗത്തിൽ പങ്കെടുത്തവരെല്ലാം നേതാജിയുടെ അഭിപ്രായവുമായി യോജിച്ചു. അങ്ങനെ 1943 ഒക്ടോബർ 21–ന് 2 മണിക്ക് സിംഗപ്പൂരിൽവെച്ച് 'ആസാദ് ഹിന്ദ്' എന്ന പേരിൽ ഭാരതീയരുടെ ആദ്യത്തെ സർക്കാർ അധികാരമേറ്റു. നേതാജിയായിരുന്നു മന്ത്രിസഭയുടെ തലവൻ. അദ്ദേഹത്തിനുപുറമെ പതിനാറ്പേർ മന്ത്രിമാരായി സത്യപ്രതിജ്ഞ ചെയ്തു. സ്ത്രീകളുടെ ക്ഷേമകാര്യങ്ങൾക്കായി പ്രവർത്തിക്കുന്ന ഒരു മന്ത്രി മന്ത്രിസഭയിൽ ഉണ്ടായിരിക്കണമെന്ന് നേതാജിക്ക് നിർബന്ധവുമുണ്ടായിരുന്നു. ആ മന്ത്രി ആരായിരിക്കണമെന്നതിനെക്കുറിച്ച് ആർക്കും സംശയമുണ്ടായിരുന്നില്ല. എല്ലാ സുഖങ്ങളും വെടിഞ്ഞ് രാജ്യത്തിന്റെ സ്വാതന്ത്ര്യത്തിനു വേണ്ടി യുദ്ധം ചെയ്യാനിറങ്ങിത്തിരിച്ച ലക്ഷ്മിയെ അല്ലാതെ മറ്റാരെ വനിതാ മന്ത്രിയാക്കാൻ? മികച്ച പ്രവർത്തനം കാഴ്ചവെച്ച ലക്ഷ്മിക്ക് ഐ എൻ എ 'ക്യാപ്റ്റൻ' പദവികൂടി നൽകിയതോടെ ലക്ഷ്മി, ക്യാപ്റ്റൻ ലക്ഷ്മിയായി മാറി. ബ്രിട്ടീഷ് സർക്കാരോ

കോൺഗ്രസോ അംഗീകരിച്ചിരുന്നില്ലെങ്കിലും ഇന്ത്യയിലെ സ്ത്രീകളെ പ്രതിനിധീകരിച്ചിരുന്ന ആദ്യത്തെ വനിതാ മന്ത്രിയായിരുന്നു ക്യാപ്റ്റൻ ലക്ഷ്മി.

1943 ഒക്ടോബർ 23–ന് ചേർന്ന ആദ്യത്തെ മന്ത്രിസഭായോഗം ബ്രിട്ടനും അമേരിക്കക്കുമെതിരെ യുദ്ധം പ്രഖ്യാപിച്ചു. സർക്കാരിന്റെ പ്രവർത്തനങ്ങൾക്ക് ഉദാരമായി സംഭാവനകൾ നൽകാനുള്ള മന്ത്രിസഭയുടെ ആഹ്വാനത്തെ കിഴക്കൻ ഏഷ്യയിലെ ഇന്ത്യക്കാർ

സന്തോഷപൂർവം സ്വാഗതം ചെയ്തു. സ്ത്രീകളും കുട്ടികളും വീടുകൾതോറും കയറിയിറങ്ങി പിരിവുനടത്തി, വസ്ത്രങ്ങൾ ശേഖരിച്ചു. എല്ലാവരും ബ്രിട്ടീഷുകാർക്കെതിരെയുള്ള അവസാനയുദ്ധത്തിനായി തയ്യാറെടുത്തു.

12

അരിക്കനിലെ മുന്നേറ്റം

ഇന്ന് ഇന്ത്യയുടെ അയൽരാജ്യമായ ബർമ്മ അന്ന് ജപ്പാന്റെ കോളനിയായിരുന്നു. ബർമ്മയിലെ തന്ത്രപ്രധാനമായ സ്ഥലമായിരുന്നു റങ്കൂൺ. ഇവിടത്തെ സ്ത്രീകളെ സംഘടിപ്പിച്ച് സിംഗപ്പൂരിലേതുപോലെ ഝാൻസിറാണി റെജിമെന്റിന്റെ മറ്റൊരു ക്യാമ്പ് സംഘടിപ്പിക്കാനുള്ള തീവ്രശ്രമത്തിലായിരുന്നു ലക്ഷ്മി. ഇന്ത്യൻ സ്വാതന്ത്ര്യസമരത്തിൽ പങ്കാളികളാവാൻ ആഗ്രഹിച്ചിരുന്ന നിരവധി ഇന്ത്യക്കാർ അവിടങ്ങളിൽ താമസിച്ചിരുന്നു. ഇവർക്കിടയിൽനിന്നും അമ്പതോളം സ്ത്രീകളെ കണ്ടെത്താൻ ലക്ഷ്മിക്ക് തെല്ലും ബുദ്ധിമുട്ടേണ്ടിവന്നില്ല.

അങ്ങനെ ദിവസങ്ങൾക്കുള്ളിൽ ഝാൻസിറാണി റെജിമെന്റ് റങ്കൂണിൽ ക്ലാസ് തുടങ്ങി. മിസസ്സ് ചന്ദ്രൻ എന്ന അധ്യാപികയായിരുന്നു ക്യാമ്പിന്റെ മേധാവി. ഓടാനും ചാടാനും വലുപ്പമുള്ള തോക്ക് കയ്യിലേന്തി ഉന്നംപിടിച്ച് വെടിവെക്കാനുമെല്ലാം സ്ത്രീകൾ തുടക്കത്തിൽ ഏറെ ബുദ്ധിമുട്ടി. തളർന്ന് അവശരായി കാണ

പ്പെട്ടവരോടെല്ലാം ലക്ഷ്മി സിംഗപ്പൂർ ക്യാമ്പിന്റെ അനുഭവകഥകൾ പറഞ്ഞുകൊടുത്തു.

"മിനിട്ടുകൾകൊണ്ടോ മണിക്കൂറുകൾകൊണ്ടോ നമുക്ക് ബ്രിട്ടീഷുകാരെ തോൽപ്പിക്കാനവില്ല കൂട്ടരെ. ദിവസങ്ങൾ നീണ്ടുനിൽക്കുന്ന കഠിനമായ പരിശ്രമത്തിലൂടെ മാത്രമേ നമുക്ക് ലക്ഷ്യസ്ഥാനത്തെത്താനാവൂ. പിറന്ന മണ്ണിനുവേണ്ടി ബ്രിട്ടീഷുകാരോട് യുദ്ധംചെയ്ത് മരണംവരിച്ച ഝാൻസിറാണിയുടെ പിൻമുറക്കാരാണ് നമ്മൾ. നമ്മൾ തളർന്നാൽ ഇന്ത്യ ഒരു കാലത്തും സ്വതന്ത്രയാവില്ല."

ലക്ഷ്മിയുടെ ഇത്തരം ആശ്വാസവാക്കുകൾ മാത്രം കേട്ടാൽ മതി അതോടെ എല്ലാവരും ചാടിയെണീക്കും. 'ജയ്ഹിന്ദ്' വിളികൾകൊണ്ട് റങ്കൂൺ മുഴങ്ങും.

മുതിർന്ന ഐ എൻ എ ഭടന്മാരുടെ മേൽനോട്ടത്തിൽ അദ്ഭുതകരമായ വളർച്ചയാണ് ക്യാമ്പിലെ സ്ത്രീകൾ കുറച്ചു ദിവസംകൊണ്ട് കൈവരിച്ചത്. യുദ്ധത്തിൽ ഏത് സൈനികനോടും കിടപിടിക്കത്തക്ക ശക്തിയും ധൈര്യവും അവർ നേടിയിരുന്നു. ക്യാമ്പിലെ അംഗസംഖ്യയും ക്രമാതീതമായി വർധിച്ചു. വെറും അമ്പത് പേരുമായാണ് ക്യാമ്പ് ആരംഭിച്ചതെങ്കിൽ ഇപ്പോൾ സ്ത്രീകളുടെ എണ്ണം നാന്നൂറ് കവിഞ്ഞിരിക്കുന്നു.

"കൂട്ടരേ യുദ്ധം തുടങ്ങിക്കഴിഞ്ഞു. ജപ്പാൻ സൈന്യത്തോടൊപ്പം ചേർന്ന് നമ്മുടെ ഐ എൻ എ ഭടന്മാർ അരാക്കൻ മേഖലയിൽ ബ്രിട്ടീഷുകാരെ തുരത്തിയോടിച്ച് മുന്നേറുകയാണ്."

ഒരു ഐ എൻ എ സൈനികനെത്തിച്ച സന്തോഷവാർത്ത കേട്ടവരെല്ലാം ആഹ്ലാദമടക്കാനാവാതെ തുള്ളിച്ചാടി. ഐ എൻ എയിലെ ബഹാദൂർഗ്രൂപ്പ് എന്ന

വിഭാഗമാണ് അരാക്കൻ മേഖലയിൽ ബ്രിട്ടീഷുകാർക്കെതിരായ ആക്രമണത്തിന് ചുക്കാൻ പിടിച്ചത്. അത്യാധുനിക ആയുധങ്ങളുമായാണ് ബ്രിട്ടീഷുകാർ യുദ്ധം ചെയ്യുന്നത്. ബഹാദൂർ ഗ്രൂപ്പുകാരുടെ പക്കലാവട്ടെ പഴ

ഞ്ചൻ ആയുധങ്ങളും. എന്നാൽ ധീരതയ്ക്കും രാജ്യ സ്നേഹത്തിനും മുന്നിൽ ബ്രിട്ടീഷുകാർ താൽക്കാലി കമായെങ്കിലും തലകുനിച്ചു. അരാക്കൻ മേഖലയിൽ നടത്തിയ മുന്നേറ്റം ജപ്പാൻകാരെയും സന്തുഷ്ടരാക്കി. അവരുടെ സന്തോഷം നേതാജിയെ നേരിട്ട് അറിയി ക്കുകയും ചെയ്തു.

13

ഒരു വൻ ദുരന്തം

അരാക്കനിലുണ്ടായ പരാജയത്തിനുശേഷം ബ്രിട്ടീഷ് സൈന്യം ശക്തമായി തിരിച്ചടിച്ചു. അവരുടെ ആക്രമണത്തിന് മുന്നിൽ ഐ എൻ എ ഭടന്മാർക്ക് പിടിച്ചുനിൽക്കാനായില്ല. ശത്രുവിന്റെ വെടിയുണ്ടകളിൽനിന്നും രക്ഷപ്പെട്ടവരിൽ ഭൂരിഭാഗത്തെയും പകർച്ച വ്യാധികൾ പിടികൂടി. മലേറിയയും വയറിളക്കവും അവരെ തളർത്തി. കാറ്റ് തങ്ങൾക്ക് അനുകൂലമല്ലെന്ന് മനസിലാക്കിയ സുഭാഷ്ചന്ദ്ര ബോസ് ക്യാമ്പിലേക്ക് പറന്നെത്തി. ഏറ്റവും പുതിയ സംഭവവികാസങ്ങൾ അദ്ദേഹം ഐ എൻ എ ഭടന്മാരുമായി പങ്കുവെച്ചു.

"യുദ്ധത്തിൽ ബ്രിട്ടീഷുകാരുടെ നേതൃത്വത്തിലുള്ള സഖ്യശക്തികൾ മുന്നേറുകയാണ്. നമ്മോടൊപ്പം നിൽക്കുന്ന ജർമനിയും മറ്റ് അച്ചുതണ്ട് ശക്തികളും പരാജയത്തിലേക്ക് നീങ്ങുന്നു."

"പറയൂ നേതാജി. ശത്രുക്കൾക്ക് മുന്നിൽ തലകുനിക്കണോ? ഞങ്ങൾ പിടികൊടുക്കണോ. അതോ ആത്മഹത്യചെയ്യണോ?"

അവശരായി നിലത്തിരിക്കുകയായിരുന്ന ലക്ഷ്മിയും കൂട്ടരും ഉത്കണ്ഠയോടെയാണ് നേതാജിയുടെ മറുപടിക്കായി ഉറ്റുനോക്കിയത്.

"ആരും ആത്മഹത്യ ചെയ്യരുത്. നമ്മൾ ഐ എൻ എ ഭടന്മാർ ഭീരുക്കളല്ല. മരണംവരെ പോരാടണം."

നേതാജി മടങ്ങിപ്പോയതോടെ സംഘം വീണ്ടും യുദ്ധഭൂമിയിലേക്കിറങ്ങി.

ശത്രുസൈന്യം ബോംബാക്രമണം ശക്തമാക്കി. ഐ എൻ എ ഭടന്മാർക്ക് പുറമെ നാട്ടുകാരും മരിച്ചുവീണു. ലക്ഷ്മിയുടെ നേതൃത്വത്തിലുള്ള സൈനിക ആശുപത്രി ശവങ്ങളെക്കൊണ്ടും പരിക്കുപറ്റിയവരെക്കൊണ്ടും നിറഞ്ഞു.

"ഇനി ഇവിടെ പിടിച്ചുനിൽക്കാനാവില്ല. നമുക്ക് മറ്റൊരു സങ്കേതത്തിലേക്ക് നീങ്ങാം. നമ്മൾമൂലം ഇവിടുത്തെ പാവം നാട്ടുകാരാണ് മരിച്ചുവീഴുന്നത്."

ലക്ഷ്മിയുടെ അഭിപ്രായത്തോട് എല്ലാവരും യോജിച്ചു. അങ്ങനെ സിയാവന്തി എന്ന പ്രദേശത്തിലേക്ക് ഐ എൻ എ സംഘം കൂട്ടത്തോടെ നീങ്ങി. ബീഹാറിൽനിന്നും കുടിയേറിപ്പാർത്ത കരിമ്പു കൃഷിക്കാരുടെ ഗ്രാമമായിരുന്നു സിയാവന്തി. അവർക്കവിടെ ഊഷ്മളമായ വരവേൽപ്പ് ലഭിച്ചു.

നാട്ടുകാരുടെ സഹായത്തോടെ ലക്ഷ്മിയും കൂട്ടരും ദിവസങ്ങൾക്കുള്ളിൽ സിയാവന്തിയിൽ ചെറിയൊരു ആശുപത്രി ആരംഭിച്ചു. ജനങ്ങളുടെ അകമഴിഞ്ഞ സഹകരണം ലക്ഷ്മിക്കും കൂട്ടർക്കും പുത്തനുണർവ് പകർന്നു. അങ്ങനെ യുദ്ധത്തിലുണ്ടായ പരാജയം ലക്ഷ്മിയും കൂട്ടരും മറക്കാൻ ശ്രമിച്ചു.

"ഹായ്... ഇന്ന് നേതാജിയുടെ പിറന്നാളാ..."

ലക്ഷ്മിയുടെ വാക്കുകൾകേട്ട ഉടനെ ക്യാമ്പിൽ നിന്നും ആഹ്ലാദാരവം മുഴങ്ങി.

"നമുക്ക് ഒരുമിച്ച് ആഘോഷിക്കാം."

ആഘോഷങ്ങൾക്ക് മുൻകയ്യെടുത്തത് നാട്ടുകാരായിരുന്നു. ഗ്രാമീണർ ശേഖരിച്ച അരിയും പഞ്ചസാരയും ചേർത്ത് അവർ പായസമുണ്ടാക്കി. ആശുപത്രിയിൽ ചികിത്സയിൽ കഴിയുന്നവർക്കെല്ലാം പായസം വിതരണം ചെയ്തു. ആഘോഷങ്ങൾ തിമർക്കുന്നതിനിടയിലാണ് രണ്ട് യുദ്ധവിമാനങ്ങൾ താഴ്ന്നു പറന്നത്.

"ഓടി രക്ഷപ്പെട്ടോളൂ. വിമാനങ്ങളിൽ ഉടനെ ബോംബ് വർഷമുണ്ടാവും."

ഓടിരക്ഷപ്പെടാനോ, ആശുപത്രിക്ക് താഴെയുള്ള ഭൂഗർഭ അറകളിൽ അഭയം തേടാനോ ആർക്കും സമയം

ലഭിച്ചില്ല. ബോംബാക്രമണത്തിലൂടെ എല്ലാം തകർക്കാൻ ഏതാനും മിനിട്ടുകൾ മാത്രമേ ശത്രുക്കൾക്ക് വേണ്ടിവന്നുള്ളൂ. ദൗത്യം പൂർത്തിയാക്കി വിമാനങ്ങൾ പറന്നതോടെ ആ ഗ്രാമത്തിൽനിന്നും നിലവിളികൾ മുഴങ്ങി.

ബോംബാക്രമണത്തിൽ നിരവധിപേർ മരിച്ചു. പരിക്കുപറ്റിയവരെക്കൊണ്ട് ആശുപത്രി നിറഞ്ഞുവകവിഞ്ഞു. എല്ലാം നഷ്ടപ്പെട്ട ഗ്രാമീണരുടെ രോഷം മുഴുവൻ ഐ എൻ എയുടെ നേർക്കായിരുന്നു.

“നിങ്ങൾ ഇവിടെ വന്നതാണ് എല്ലാ പ്രശ്നങ്ങൾക്കും കാരണം. ബ്രിട്ടീഷുകാരെക്കൊണ്ട് ഞങ്ങളെ കൊല്ലിച്ചത് നിങ്ങളാണ്.”

ഗ്രാമവാസികളുടെ ചോദ്യങ്ങൾക്ക് ഉത്തരം പറയാൻ ലക്ഷ്മിയുടെ പക്കൽ വാക്കുകളില്ലായിരുന്നു. മനമില്ലാമനസോടെ സംഘം അടുത്ത സങ്കേതത്തിലേക്ക് നീങ്ങി....

14

മരണം കൺമുന്നിൽ

റങ്കൂൺ ലക്ഷ്യമിട്ടായിരുന്നു യാത്ര. വഴിമധ്യേ യുള്ള താൻങ്കൂ എന്ന പ്രദേശം ബ്രിട്ടീഷുകാർ പിടിച്ചട ക്കിയതോടെ ലക്ഷ്മിയുടെയും സംഘത്തിന്റെയും യാത്ര മുടങ്ങി. കാട്ടിലൂടെയുള്ള ഏറെ നേരത്തെ അല ച്ചിലിനൊടുവിൽ സംഘം എത്തിപ്പെട്ടത് കാരൻ കുന്നു കളിലാണ്. അവരുടെ അംഗസംഖ്യ അഞ്ചായി കുറ ഞ്ഞിരുന്നു. യുദ്ധത്തിൽ ഇതിനകംതന്നെ തോറ്റുകഴി ഞ്ഞു. ഇപ്പോഴത്തെ പ്രധാന പ്രശ്നം വിശപ്പാണ്. കുറച്ച് അരിയും ഇത്തിരി ചോളപ്പൊടിയും മാത്രമാണ് അവ ശേഷിക്കുന്നത്. ദിവസവും ഒരു നേരം മാത്രം ഭക്ഷണം. ബാക്കി സമയം പട്ടിണി.

കാട്ടിനകത്തെ ഒരു കുടിലിലായിരുന്നു ആ രാത്രി അവരുടെ താമസം. അന്ന് പുലർച്ചെ ഒരു വൻമുഴക്കം കേട്ടാണ് സംഘം ഞെട്ടിയുണർന്നത്.

ഒരു ജപ്പാൻ പട്ടാളക്കാരൻ ലക്ഷ്മിക്ക് നേരെ തോക്ക് ചൂണ്ടി. അയാളോടൊപ്പം രണ്ട് പേരുകൂടി ഉണ്ടാ യിരുന്നു.

"എല്ലാവരും ഉടൻ പുറത്തിറങ്ങുവിൻ"

അവർ പട്ടാളക്കാരന്റെ ആജ്ഞ അനുസരിച്ചു. കുടിലിന് വെളിയിലുള്ള മരങ്ങളിലായി പട്ടാളക്കാർ അവരെ കയറുകൊണ്ട് കെട്ടിയിട്ടു.

ലക്ഷ്മിയോടൊപ്പമുണ്ടായിരുന്ന മുത്തു എന്നയാൾ പട്ടാളക്കാരനോട് കാര്യങ്ങൾ വിശദീകരിക്കാൻ ശ്രമിച്ചു.

"നിങ്ങൾ കരുതുന്നതുപോലെ ഞങ്ങൾ ജപ്പാന്റെ

ശത്രുക്കളല്ല; ഞങ്ങൾ മിത്രങ്ങളാണ്. ബ്രിട്ടീഷുകാർക്കെതിരെ ജപ്പാനോടൊപ്പം ചേർന്ന് യുദ്ധം ചെയ്യുന്ന ഇന്ത്യൻ നാഷണൽ ആർമിയിലെ അംഗങ്ങളാണ് ഞങ്ങൾ. നേതാജി സുഭാഷ്ചന്ദ്ര ബോസാണ് ഞങ്ങളുടെ നേതാവ്."

ജപ്പാൻ പട്ടാളക്കാർ തെല്ല് സംശയിച്ചു.

"നുണ പറഞ്ഞ് രക്ഷപ്പെടാൻ നോക്കണ്ട. ഞങ്ങൾ ഉടനെ മടങ്ങിവരും. ഒന്നിനെയും ബാക്കി വെച്ചേക്കില്ല."

പട്ടാളക്കാർ എങ്ങോട്ടോ പോയി. മരണത്തിൽ ബന്ധിപ്പിക്കപ്പെട്ട ലക്ഷ്മി കെട്ടഴിക്കുന്നതിനായി കഠിന പരിശ്രമം നടത്തിയെങ്കിലും വിജയിച്ചില്ല. അവളുടെ ശരീരം വേദനകൊണ്ട് പുളഞ്ഞു. യുദ്ധത്തിൽ ജയിക്കുമെന്ന പ്രതീക്ഷ എന്നോ അസ്തമിച്ചു കഴിഞ്ഞു. ഇനിയൊന്നും നഷ്ടപ്പെടാനില്ല. മരണത്തെ നേരിടാൻ ലക്ഷ്മി തയ്യാറെടുത്തു.

നാല് മണിക്കൂറുകൾക്കുശേഷം പട്ടാളക്കാർ ഒരു ഉദ്യോഗസ്ഥനോടൊപ്പമാണ് മടങ്ങിയെത്തിയത്. ഉദ്യോഗസ്ഥന്റെ കയ്യിൽ ഒരു പുസ്തകമുണ്ടായിരുന്നു. അയാൾ ലക്ഷ്മിയുടെ മുഖത്തേക്കും പുസ്തകത്തിലേക്കും മാറിമാറി നോക്കി. അവസാനം പുഞ്ചിരിച്ചു,

"നിങ്ങളാണോ ഈ പുസ്തകത്തിൽ കാണുന്ന ക്യാപ്റ്റൻ ലക്ഷ്മി?"

ജപ്പാനിലെ ഒരു പ്രസിദ്ധീകരണത്തിൽ ഐ എൻ എയെക്കുറിച്ച് വന്ന ഒരു ലേഖനം അയാൾ പൊക്കിപ്പിടിച്ചു. ലേഖനത്തോടൊപ്പം ലക്ഷ്മിയുടെ ഫോട്ടോയും ഉണ്ട്. ലക്ഷ്മി, ക്യാപ്റ്റൻ ലക്ഷ്മി എന്ന പേരിലാണ് അറിയപ്പെട്ടിരുന്നത്. 'ക്യാപ്റ്റൻ' എന്നത് ഐ എൻ എയിലെ ഒരു ഉയർന്ന പദവിയാണ്. മികച്ച സേവനം

കണക്കിലെടുത്താണ് സുഭാഷ്ചന്ദ്ര ബോസ് ലക്ഷ്മിക്ക് ക്യാപ്റ്റൻ പദവി നൽകിയത്.

"ഞങ്ങൾ ചൈനീസ് അതിർത്തിയിൽ ബ്രിട്ടീഷുകാർക്കെതിരെ യുദ്ധം ചെയ്യുന്ന ജപ്പാൻ പട്ടാളക്കാരാണ്. യുദ്ധത്തിനിടയിൽ ഞങ്ങൾ ഒറ്റപ്പെട്ടുപോയി. അവസാനം അലഞ്ഞുതിരിഞ്ഞ് ഞങ്ങൾ ഇവിടെയെത്തി. പുറംലോകവുമായി വലിയ ബന്ധമില്ലാത്തതിനാൽ ഞങ്ങൾക്ക് നിങ്ങളെ തിരിച്ചറിയാൻ സാധിച്ചില്ല. ഞങ്ങളോട് ക്ഷമിച്ചാലും."

വേദനകൊണ്ട് പുളയുകയായിരുന്ന ലക്ഷ്മിയേയും സംഘത്തേയും അവർ മോചിപ്പിച്ചു. അങ്ങനെ ഒരിക്കൽക്കൂടി ലക്ഷ്മി മരണത്തിൽനിന്നും രക്ഷപ്പെട്ടു.

15

ലക്ഷ്മി കീഴടങ്ങുന്നു

ബ്രിട്ടീഷുകാരുടെ നിയന്ത്രണത്തിലുള്ള പ്രദേശമായിരുന്നു കാരൻ കുന്നുകൾ. അവിടുത്തെ ജനങ്ങൾ യുദ്ധത്തിൽ ബ്രിട്ടീഷുകാരോടൊപ്പമായിരുന്നു. അവരുടെ കണ്ണുവെട്ടിച്ച് കാരൻ കുന്നുകളിൽ അധികകാലം ഒളിജീവിതം നയിക്കാൻ ലക്ഷ്മിക്കും സംഘത്തിനും സാധിച്ചില്ല. ഒരു കുടിലിൽ വിശ്രമിക്കവെയാണ് കാരൻ ഗറില്ലകൾ അവരെ പിടികൂടിയത്.

"എതിർക്കാൻ ശ്രമിക്കേണ്ട. ഞങ്ങളോടൊപ്പം വരിക. എതിർത്താൽ എല്ലാവരെയും വെടിവെച്ചു കൊല്ലും."

അവർ ലക്ഷ്മിയുടെ കയ്യിലുണ്ടായിരുന്ന തോക്ക് പിടിച്ചുവെച്ചു.

ലക്ഷ്മിയും സംഘവും ഗറില്ലകളോടൊപ്പം നടന്നു. കാട്ടിലൂടെയുള്ള രണ്ട് ദിവസത്തെ ദുഷ്കരമായ യാത്രക്ക് ശേഷമാണ് ബ്രിട്ടീഷുകാരുടെ സൈനിക കേന്ദ്രത്തിലെത്തിയത്. ബ്രിട്ടീഷ് സൈന്യത്തിന്റെ കമാന്ററായ കേണൽ വീക്കോക്കിന്റെ മുന്നിൽ ഗറില്ലകൾ ലക്ഷ്മിയെ ഹാജരാക്കി.

കൂട്ടക്കൊലകളിലൂടെയോ പീഡനങ്ങളിലൂടെയോ ഇന്ത്യൻ സ്വാതന്ത്ര്യസമരത്തെ അടിച്ചമർത്താനാവില്ലെന്ന് ബ്രിട്ടീഷുകാർ തിരിച്ചറിഞ്ഞ കാലമായിരുന്നു അത്. ലക്ഷ്മിയേയും സംഘത്തേയും ബ്രിട്ടീഷുകാർ ദേഹോപദ്രവമേൽപ്പിച്ചില്ല. മാന്യമായാണ് അവർ പെരുമാറിയത്. ക്യാമ്പിൽ ബ്രിട്ടീഷുകാർക്ക് ലഭിക്കുന്ന എല്ലാ സൗകര്യങ്ങളും അവർക്കും നൽകി.

കേണൽ മെക്കോഗ്ലിൻ, മേജർ ഹുഗ്ഗ്ട്ടോയ്, ക്യാപ്റ്റൻ റഷീദ് യൂസഫലി എന്നിവരടങ്ങിയ സംഘമാണ് ലക്ഷ്മിയെ ചോദ്യം ചെയ്തത്.

"പറയൂ.... ആരുടെ സമ്മർദ്ദത്തിന് കീഴടങ്ങിയാണ് നിങ്ങൾ ഐ എൻ എയിൽ ചേർന്നത്? ജപ്പാൻകാരുടെ നിർബന്ധം കൊണ്ടല്ലേ നിങ്ങൾ ഐ എൻ എയിൽ ചേർന്നതും ഞങ്ങൾക്കെതിരെ യുദ്ധം ചെയ്യുന്നതുമെല്ലാം."

ലക്ഷ്മിയെക്കൊണ്ട് അനുകൂലമായ മറുപടി പറ

യിപ്പിക്കുക, ഐ എൻ എ ജപ്പാൻ സർക്കാരിന്റെ കീഴിൽ പ്രവർത്തിക്കുന്ന സൈന്യമാണെന്ന് വരുത്തി ത്തീർക്കുക തുടങ്ങിയ ഉദ്ദേശങ്ങളായിരുന്നു ബ്രിട്ടീഷു കാർക്ക് ഉണ്ടായിരുന്നത്. പക്ഷെ, ലക്ഷ്മി ശക്തിയോടെ തിരിച്ചടിച്ചു.

"നിങ്ങൾ ബ്രിട്ടീഷുകാരെ ചവിട്ടി പുറത്താക്കി ഇന്ത്യയെ സ്വതന്ത്ര്യയാക്കുക എന്നതാണ് എന്റെ ലക്ഷ്യം. ആരുടേയും സമ്മർദ്ദത്തിന് കീഴടങ്ങാതെ സ്വന്തം ഇഷ്ടപ്രകാരമാണ് ഞാൻ ഐ എൻ എയിൽ ചേർന്നത്. ഞാൻ മരണംവരെ നിങ്ങൾക്കെതിരെ പോരാടും. വേണമെങ്കിൽ ഇപ്പോൾ ഈ നിമിഷം നിങ്ങൾക്കെന്നെ കൊല്ലാം."

ലക്ഷ്മിയുടെ മുന്നിൽ ബ്രിട്ടീഷ് ഉദ്യോഗസ്ഥർ തല കുനിച്ചു. തടവിലായ മറ്റ് ഐ എൻ എ ഭടന്മാരെ സ്വാധീ നിക്കാനായിരുന്നു അവരുടെ അടുത്ത ശ്രമം.

"ജപ്പാൻ സർക്കാർ പറയുന്നതനുസരിച്ച് പ്രവർത്തി ച്ചിരുന്ന ആളാണ് ക്യാപ്റ്റൻ ലക്ഷ്മിയെന്ന് പറയൂ. ലക്ഷ്മി ജപ്പാൻ സർക്കാരിന്റെ വളർത്തു പട്ടി യായിരുന്നെന്ന് പറയൂ. അങ്ങനെയൊരു അസത്യം പറ ഞ്ഞാൽ നിങ്ങൾക്കെല്ലാം ഞങ്ങൾ നല്ല നല്ല ജോലി കൾ തരാം. നിങ്ങളെയെല്ലാം വിട്ടയക്കാം."

ഐ എൻ എ ഭടന്മാരിലാരും ബ്രിട്ടീഷുകാരുടെ വാഗ്ദാനങ്ങൾ സ്വീകരിച്ചില്ല.

"ഞങ്ങളെ നിങ്ങൾ വിട്ടയക്കേണ്ട. ഞങ്ങൾക്ക് നിങ്ങളുടെ ജോലി വേണ്ട. ലക്ഷ്മി ജപ്പാൻകാരുടെ വള ർത്തു പട്ടിയല്ല. ലക്ഷ്മി ഇന്ത്യയുടെ അഭിമാനമാണ്."

അവരെല്ലാവരും ഏകസ്വരത്തിൽ പറഞ്ഞു.

16

നേതാജിയുടെ മരണം

ക്യാപ്റ്റൻ ലക്ഷ്മിയെ കയ്യോടെ പിടികൂടി, തടവുകാരിയാക്കി. പക്ഷെ, ഇനി എന്ത് ചെയ്യും?

ഈ ചോദ്യം ബ്രിട്ടീഷുകാരെ കുഴക്കി, ലക്ഷ്മിയെ കൊലപ്പെടുത്തിയാൽ പ്രത്യാഘാതം ഗുരുതരമാവും. അതോടെ സ്വാതന്ത്ര്യസമരവും ബ്രിട്ടീഷുകാർക്കെതിരായ ജനവികാരവും കൂടുതൽ ശക്തമാവും. വിട്ടയച്ചാലോ? അത് കൂടുതൽ പ്രശ്നങ്ങളുണ്ടാവും. ലക്ഷ്മി വീണ്ടും തോക്കെടുക്കും. ബ്രിട്ടീഷുകാർക്കെതിരെ യുദ്ധം ചെയ്യും. ലക്ഷ്മിയുടെ സാന്നിധ്യം ഇന്ത്യൻ സ്വാതന്ത്ര്യസമരത്തിന് പുത്തനുണർവ് പകരും.

സൈനിക ക്യാമ്പിലെ ബ്രിട്ടീഷ് ഉദ്യോഗസ്ഥർ തലപുകഞ്ഞാലോചിച്ചു. അവസാനം അവരൊരു തീരുമാനത്തിലെത്തി. ഒരു വർഷക്കാലം ലക്ഷ്മിയെ വീട്ടുതടവിൽ പാർപ്പിക്കുക. പുറംലോകവുമായി വലിയ ബന്ധമുണ്ടാവരുത്. സ്വാതന്ത്ര്യസമരത്തെ അനുകൂലിക്കുന്നവരുമായി സംസാരിക്കാൻ അനുവദിക്കരുത്.

അങ്ങനെ 1945 ജൂലായ്. ലക്ഷ്മി ബർമ്മയിൽ

ബ്രിട്ടീഷുകാരുടെ വീട്ടുതടവിലെ ഏകാന്തവാസത്തിൽ. ബ്രിട്ടീഷുകാർ കൃത്യസമയത്ത് ഭക്ഷണവും നല്ല വസ്ത്രങ്ങളുമെല്ലാം നൽകി. പക്ഷെ, ഐ എൻ എയുമായുള്ള ലക്ഷ്മിയുടെ സമ്പർക്കം പൂർണമായും അവർ വിച്ഛേദിച്ചു. യുദ്ധത്തിൽ എത്രപേർ കൊല്ലപ്പെട്ടു? ആരെല്ലാം ജീവിച്ചിരിപ്പുണ്ട്? സുഭാഷ്ചന്ദ്ര ബോസിന്റെ പക്കൽ ഇനി ഏതെങ്കിലും ആയുധങ്ങൾ അവശേഷിക്കുന്നുണ്ടോ? ഗാന്ധിജിയുടെ നേതൃത്വത്തിലുള്ള സ്വാതന്ത്ര്യസമരം എവിടെവരെയെത്തി? എന്നിങ്ങനെയുള്ള ഉത്തരം കിട്ടാത്ത ചോദ്യങ്ങൾ ലക്ഷ്മിയെ അലട്ടി.

"ഞങ്ങളുടെ ഇന്ത്യക്ക് സ്വാതന്ത്ര്യം കിട്ടിയോ?"

ലക്ഷ്മിയെ നിരീക്ഷിക്കാനായെത്തുന്ന എല്ലാ ബ്രിട്ടീഷ് ഉദ്യോഗസ്ഥരോടും അവൾ ആദ്യമായി ചോദിക്കുന്ന ചോദ്യം ഇതായിരുന്നു. പൊട്ടിച്ചിരിയോടെയായിരിക്കും മിക്കവരുടെയും മറുപടി.

"നിങ്ങളുടെ ഇന്ത്യ എക്കാലത്തും ഞങ്ങളുടെ കോളനിയായിരിക്കും."

ഇത്തരം മറുപടികൾ ലക്ഷ്മിയെ ക്ഷുഭിതയാക്കിയെങ്കിലും അവൾ എല്ലാം ഉള്ളിലൊതുക്കി. ഏകാന്തവാസം ഒരു വർഷമാവാറായപ്പോൾ ബ്രിട്ടീഷുകാർ ലക്ഷ്മിക്ക് ചില ഇളവ് അനുവദിച്ചു. ലക്ഷ്മിക്കിനി ബർമ്മയിലെ ഇന്ത്യക്കാരുടെ വീടുകളിലേക്ക് താമസം മാറ്റാം. പക്ഷെ, ബ്രിട്ടീഷ് വിരുദ്ധ പ്രവർത്തനങ്ങളിൽ ഏർപ്പെടരുത്. അങ്ങനെ ചെയ്താൽ വീണ്ടും വീട്ടു തടങ്കലിലാക്കും.

വീട്ടുതടവിൽ നിന്നും രക്ഷപ്പെടുക എന്നതായിരുന്നു ലക്ഷ്മിയുടെ അപ്പോഴത്തെ ലക്ഷ്യം. ഏറെ കാലമായി ഐ എൻ എയുമായി ഒരു ബന്ധവുമില്ല. ബർമ്മ

യ്ക്കകത്ത് അവശേഷിക്കുന്നവരെയെല്ലാം സംഘടിപ്പിച്ച് ബ്രിട്ടീഷുകാർക്കെതിരെ ആഞ്ഞടിക്കണം.

വീട്ടുതടവിൽനിന്നും മോചിപ്പിക്കപ്പെട്ട ലക്ഷ്മി ബർമ്മയിലെ ഇന്ത്യക്കാരായ സുഹൃത്തുക്കളെ കണ്ടുമുട്ടിയപ്പോൾ ആദ്യം അന്വേഷിച്ചത് നേതാജിയെക്കുറിച്ചായിരുന്നു: "നേതാജി എവിടെയുണ്ട്? ബ്രിട്ടീഷുകാർ അദ്ദേഹത്തെ പിടികൂടിയോ?"

"നേതാജി മരിച്ചുപോയി ലക്ഷ്മീ...."

സായ്ഗൺ എന്ന സ്ഥലത്തുനിന്നും ജപ്പാനിലേക്ക് പോവുന്നതിനിടെ സുഭാഷ്ചന്ദ്ര ബോസ് സഞ്ചരിച്ചിരുന്ന വിമാനം അപകടത്തിൽപ്പെട്ടു. വിമാനം താഴെവീണു. ബ്രിട്ടീഷുകാരുടെ ഏറ്റവും വലിയ പേടി സ്വപ്നമായിരുന്ന അദ്ദേഹം ആ അപകടത്തിൽ മരിച്ചു.

"ഇല്ല, ഞാനിത് വിശ്വസിക്കില്ല."

ലക്ഷ്മി മാത്രമല്ല, ഐ എൻ എയിലെ ബഹുഭൂരിഭാഗം വരുന്ന സൈനികരും ഇത് വിശ്വസിച്ചില്ല. ബ്രിട്ടീഷുകാരെ തെറ്റിദ്ധരിപ്പിക്കാൻ നേതാജി പലപ്പോഴും മാസങ്ങളോളം അപ്രത്യക്ഷനാകുമായിരുന്നു. പെട്ടെന്നൊരു ദിവസം അദ്ദേഹം ജപ്പാനിലോ ജർമ്മനിയിലോ ഇന്ത്യയിലോ സിംഗപ്പൂരിലോ പ്രത്യക്ഷപ്പെടും. ഇങ്ങനെയുള്ള നേതാജി വിമാനാപകടത്തിൽ കൊല്ലപ്പെട്ടെന്നു പറഞ്ഞാൽ എങ്ങനെ വിശ്വസിക്കും?

ഐ എൻ എക്ക് നേതൃത്വം നൽകാൻ നേതാജി ഒരുദിവസമെത്തുമെന്ന പ്രതീക്ഷയോടെ ലക്ഷ്മിയും സുഹൃത്തുക്കളും ഏറെ കാത്തിരുന്നു. പക്ഷെ, അദ്ദേഹം വന്നില്ല. ഇന്ത്യക്ക് സ്വാതന്ത്ര്യം ലഭിച്ചതിനു ശേഷവും നേതാജി പ്രത്യക്ഷപ്പെടാതിരുന്നപ്പോഴാണ് അദ്ദേഹം വിമാനപകടത്തിൽ മരിച്ചുപോയെന്ന യാഥാർഥ്യം ലക്ഷ്മി അംഗീകരിച്ചത്.

17

ഇനി സമരം ഇന്ത്യയിൽ

ബർമ്മയിൽ താമസിച്ച് ബ്രിട്ടീഷുകാർക്കെതിരെ ഇനി യുദ്ധം ചെയ്യാൻ സാധിക്കില്ലെന്ന് ലക്ഷ്മി മനസിലാക്കി. ബ്രിട്ടീഷ് സർക്കാരാവട്ടെ ഇന്ത്യയിലേക്ക് മടങ്ങാൻ ലക്ഷ്മിക്ക് അനുമതി നൽകുകയും ചെയ്തു. അങ്ങനെ 1946 മാർച്ച് 4–ന് ബ്രിട്ടീഷ് വ്യോമസേനയുടെ ഹെലികോപ്ടറിൽ ലക്ഷ്മി കൊൽക്കത്തയിലെ ഡംഡം വിമാനത്താവളത്തിലെത്തി. സ്വീകരിക്കാൻ അവിടെ ആരുമുണ്ടായിരുന്നില്ല. നേരെ പോയത് സഹോദരൻ എസ് കെ സ്വാമിനാഥന്റെ വീട്ടിലേക്ക്. വഴിമധ്യേ ലക്ഷ്മി യാത്രചെയ്തിരുന്ന കാറിന്റെ ഡ്രൈവർ ഒരു സംശയം ചോദിച്ചു.

"നിങ്ങളാണോ ഈ ഝാൻസി റാണി?"

ലക്ഷ്മിക്ക് ചിരിപൊട്ടി.

"അല്ല. ഞാൻ ക്യാപ്റ്റൻ ലക്ഷ്മിയാണ്. ബ്രിട്ടീഷുകാർക്കെതിരെ യുദ്ധം ചെയ്യുന്ന ഐ എൻ എയുടെ വനിതാവിഭാഗമായ ഝാൻസിറാണി റെജിമെന്റിനെ നയിക്കുന്നത് ഞാനാണ്."

"ഞങ്ങൾ ഇന്ത്യയിലെ ചെറുപ്പക്കാർക്ക് നിങ്ങൾ ഝാൻസി റാണി തന്നെയാണ്. ഇന്ത്യക്കകത്തും നിങ്ങൾ ബ്രിട്ടീഷുകാർക്കെതിരെ യുദ്ധം ചെയ്യണം. അവരെ ഇവിടെനിന്നും തുരത്തണം. ഇന്ത്യയിലെ എല്ലാ ചെറുപ്പക്കാരും നിങ്ങൾക്കൊപ്പമുണ്ട്."

ലക്ഷ്മി, ക്യാപ്റ്റൻ ലക്ഷ്മിയെന്നപേരിൽ ഇതി

നകംതന്നെ ഇന്ത്യയിൽ പ്രസിദ്ധയായിരുന്നു.

കൊൽക്കത്തെയിൽ കുറച്ചുദിവസം തങ്ങിയതിനു ശേഷം അമ്മയെ കാണാനായി ദില്ലിയിലെത്തിയപ്പോഴാണ് ഐ എൻ എയോടും നേതാജിയോടും തന്നോടുമെല്ലാമുള്ള യുവാക്കളുടെ ആദരവും ബഹുമാനവുമെല്ലാം ലക്ഷ്മി മനസിലാക്കിയത്. അവർ ദില്ലി വിമാനത്താവളത്തിലെത്തിയപ്പോൾ ആയിരക്കണക്കിന് ചെറുപ്പക്കാർ സ്വീകരിക്കാനായി അവിടെ തടിച്ചുകൂടിയിരുന്നു.

"ക്യാപ്റ്റൻ ലക്ഷ്മി സിന്ദാബാദ്, ഐ എൻ എ സിന്ദാബാദ്, ബ്രിട്ടീഷുകാർ ഇന്ത്യ വിടുക."

ലക്ഷ്മിയുടെ ചുറ്റും കൂടിയവർ മുദ്രാവാക്യങ്ങൾ മുഴക്കി. ആവേശഭരിതരായ നൂറുകണക്കിനാളുകളെ അവർ അഭിസംബോധന ചെയ്തു.

"വിശ്രമജീവിതം നയിക്കാനല്ല ഞാൻ ഇന്ത്യയിലെത്തിയത്. ഇവിടുത്തെ ദേശീയ പ്രസ്ഥാനവുമായി യോജിച്ച് പ്രവർത്തിക്കും. ബ്രിട്ടീഷുകാരെ ഇന്ത്യയിൽനിന്നും കെട്ടുകെട്ടിക്കുന്നതുവരെ നമുക്ക് വിശ്രമമുണ്ടാവുമോ?"

"ഇല്ല... ഇല്ല.... ഇല്ല..."

ക്യാപ്റ്റൻ ലക്ഷ്മിയുടെ സാന്നിധ്യം ചെറുപ്പക്കാർക്കിടയിൽ സ്വാതന്ത്ര്യസമരത്തിന് പുത്തനുണർവ് നൽകി. അന്ന് ദേശീയപ്രസ്ഥാനത്തിന് ചുക്കാൻ പിടിച്ചിരുന്നത് മഹാത്മാഗാന്ധിയായിരുന്നു. ഐ എൻ എയോടുള്ള അദ്ദേഹത്തിന്റെ സമീപനം അവരെ നിരാശപ്പെടുത്തി. ഗാന്ധിയെ നേരിൽക്കണ്ട് ഭാവി സമരപരിപാടികൾക്ക് രൂപം നൽകണമെന്നായിരുന്നു ലക്ഷ്മി തീരുമാനിച്ചിരുന്നത്. എന്നാൽ അക്രമത്തിന്റെ പാത ഉപേക്ഷിക്കാതെ ഐ എൻ എ പ്രവർത്തകരെ നേരിൽ

കാണില്ലെന്ന പിടിവാശിയിലായിരുന്നു ഗാന്ധി.

"ജീവൻ പണയംവെച്ചാണ് ഞങ്ങൾ ബ്രിട്ടീഷുകാർക്കെതിരെ യുദ്ധം ചെയ്തത്. നൂറുകണക്കിന് ഐ എൻ എ ഭടന്മാർ രാജ്യത്തിനുവേണ്ടി വീരചരമം പ്രാപിച്ചു. അക്രമത്തിന്റെ പാതയിലേക്ക് ഞങ്ങളെ വലിച്ചിഴച്ചത് ബ്രിട്ടീഷുകാരാണ്. ആവശ്യമെന്നു കണ്ടാൽഞങ്ങൾ ഇനിയും തോക്കുകൾ കയ്യിലെടുക്കും. ഇതിനെയെല്ലാം വലിയ അപരാധമായാണ് മഹാത്മാവ് കാണുന്നതെങ്കിൽ അദ്ദേഹവുമായി കൂടിക്കാഴ്ച നടത്താൻ ഞങ്ങളും തയ്യാറല്ല."

ലക്ഷ്മിയുടെ ഇതേ വികാരമാണ് എല്ലാ ഐ എൻ എ സമരഭടന്മാർക്കും ഉണ്ടായിരുന്നത്. തുടർന്നുള്ള ദിവസങ്ങളിൽ മലയയിൽനിന്നും ബർമ്മയിൽ നിന്നുമെല്ലാം ഐ എൻ എ പ്രവർത്തകർ കൂട്ടത്തോടെ ഇന്ത്യയിലേക്ക് മടങ്ങിയെത്തി. ബ്രിട്ടീഷുകാർക്കെതിരെ ഇവരെ ഒരുമിച്ച് അണിനിരത്താനുള്ള പരിശ്രമത്തിലായിരുന്നു ലക്ഷ്മി.

18

സ്വാതന്ത്ര്യത്തിന്റെ പൊൻപുലരിയിലേക്ക്

ആയിരത്തി തൊള്ളായിരത്തി നാൽപ്പത്തി ഏഴ് ആഗസ്റ്റ് 15. രാജ്യം മുഴുവൻ തകർപ്പൻ ആഘോഷങ്ങളാണ്. തെരുവുകളിൽ ഉത്സാഹം അലതല്ലി.

“ഇതാ നമ്മുടെ മാതൃരാജ്യം ബ്രിട്ടീഷുകാരിൽ നിന്നും സ്വതന്ത്രയായിരിക്കുന്നു. ഇനി എല്ലാം നമ്മുടേതാണ്. നമുക്കിവിടെ ഒരു സ്വർഗ്ഗരാജ്യം പണിയണം.” എല്ലായിടത്തും കോൺഗ്രസ് നേതാക്കളുടെ ഇത്തരത്തിലുള്ള ആഹ്വാനങ്ങളും ശുഭാപ്തിവിശ്വാസങ്ങളും മുഴങ്ങി. അവർ മധുരപലഹാരങ്ങൾ വിതരണം ചെയ്തു.

അർദ്ധരാത്രിയിൽ ജവഹർലാൽ നെഹ്റു സ്വാതന്ത്ര്യപ്രഖ്യാപനം നടത്തുമ്പോൾ ക്യാപ്റ്റൻ ലക്ഷ്മി കാൺപൂരിലായിരുന്നു. അവരുടെ വീട്ടിൽ ഒരു ആഘോഷവുമുണ്ടായിരുന്നില്ല. വീട്ടിലുണ്ടായിരുന്ന ഐ എൻ എ പ്രവർത്തകരെല്ലാം ദു:ഖിതരായിരുന്നു. അവർ സ്വപ്നം കണ്ട സ്വാതന്ത്ര്യം ഇങ്ങനെയൊന്നുമായിരുന്നില്ല.

“നമ്മൾ ഹിന്ദുവും മുസൽമാൻമാരും തോളോട് തോൾചേർന്ന് ബ്രിട്ടീഷുകാർക്കെതിരെ പോരാടി.

ഹിന്ദുവോ മുസൽമാനോ എന്ന് നോക്കാതെ നമ്മൾ വെടിയുണ്ടകൾക്കു മുന്നിലേക്ക് എടുത്തുചാടി. അവസാനം സ്വാതന്ത്ര്യം കിട്ടിയപ്പോൾ നമ്മൾ ഹിന്ദുവും മുസൽമാനുമായി പിരിഞ്ഞു. സ്വന്തം രാജ്യത്തെ ഇന്ത്യയെന്നും പാകിസ്ഥാനെന്നും രണ്ടായി വിഭജിച്ചുകൊണ്ടുള്ള ഈ സ്വാതന്ത്ര്യം നമുക്ക് വേണോ?"

"വേണ്ട...."

ക്യാപ്റ്റൻ ലക്ഷ്മിയുടെ ചോദ്യത്തിനോട് എല്ലാവരും ഏകസ്വരത്തിലാണ് ഉത്തരം പറഞ്ഞത്.

ആഘോഷങ്ങളിൽ നിന്നെല്ലാം മഹാത്മാഗാന്ധി വിട്ടുനിന്നു. അദ്ദേഹം ബംഗാളിലെ നവഖാലിയിലായിരുന്നു. ഹിന്ദു-മുസ്ലീം സംഘർഷങ്ങളിൽ അച്ഛനും അമ്മയും സഹോദരനും സഹോദരിയും മക്കളുമെല്ലാം നഷ്ടപ്പെട്ടവരുടെ കണ്ണീരൊപ്പുകയായിരുന്നു അദ്ദേഹം. നവഖാലിയിൽ മാത്രമല്ല, രാജ്യത്തെ പല പ്രദേശങ്ങളിലും അന്ന് ഹിന്ദു-മുസ്ലീം സഹോദരന്മാരുടെ ചോരയൊഴുകി. നാടും വീടുമെല്ലാം ഉപേക്ഷിച്ച് ജനങ്ങൾ കൂട്ടത്തോടെ പലായനം ചെയ്തു.

"ഇത് സ്വാതന്ത്ര്യമല്ല. ബ്രിട്ടീഷുകാർക്ക് പകരം കുറെ രാക്ഷസന്മാരാണ് ഇന്ത്യ ഭരിക്കുന്നത്. ഹിന്ദുവും മുസ്ലീമും ഒരമ്മ പെറ്റ മക്കളാണ്. ഇവർ സ്നേഹത്തോടെ ജീവിക്കുന്ന കാലത്തേ ഇന്ത്യക്ക് സ്വാതന്ത്ര്യം കിട്ടൂ."

ഇത്തരം സന്ദേശങ്ങളുമായാണ് ക്യാപ്റ്റൻ ലക്ഷ്മി തുടർന്നുള്ള ദിവസങ്ങളിൽ ജനങ്ങളുടെ ഇടയിലേക്ക് ഇറങ്ങിച്ചെന്നത്. പലരും അവരെ പരിഹസിച്ചു. ജപ്പാൻ സർക്കാരിനോടൊപ്പം ചേർന്ന് ഇന്ത്യയെ വഞ്ചിക്കാൻ ശ്രമിച്ചവളെന്ന് മുദ്രകുത്തി. അവർ തളർന്നില്ല. അനീതിക്കെതിരായ യുദ്ധവുമായി ലക്ഷ്മി മുന്നോട്ടുപോയി. കയ്യിൽ തോക്ക് ഉണ്ടായിരുന്നില്ലെന്ന് മാത്രം.

19

പാവങ്ങളുടെ ഡോക്ടർ

ഐ എൻ എയിലെ സമരനായകനായിരുന്ന കേണൽ സൈഗാളിനെ വിവാഹംകഴിച്ച ക്യാപ്റ്റൻ ലക്ഷ്മി ഉത്തർപ്രദേശിലെ കാൺപൂർ നഗരത്തിൽ സ്ഥിരതാമസമാക്കി. ഇരുവരും രണ്ട് കുട്ടികൾക്ക് ജന്മം നൽകി. സുഭാഷിണിയും അനിസയും. ഭർത്താവിനെയും കുട്ടികളെയും പരിപാലിച്ചുകൊണ്ടുള്ള ഒരു വീട്ടമ്മയുടെ ജീവിതമായിരുന്നില്ല ലക്ഷ്മിയുടേത്. സിറിഞ്ചും സ്റ്റെത സ്കോപ്പും പഞ്ഞിയും മരുന്നുകളുമെല്ലാമായി അവർ കാൺപൂരിലെ ചേരികളിലേക്ക് ഇറങ്ങിച്ചെന്നു. വീടുകൾ കയറിയിറങ്ങി. പകർച്ചവ്യാധികളുടെ പിടിയിലമർന്ന പാവങ്ങൾക്ക് സൗജന്യ ചികിത്സ നൽകി.

കാൺപൂരിലെ തൊഴിലാളികൾക്കിടയിൽ കമ്യൂണിസ്റ്റ് പാർട്ടിക്ക് നല്ല സ്വാധീനമുണ്ടായിരുന്നു. തൊഴിലാളികൾക്കും കുടുംബാംഗങ്ങൾക്കും ചികിത്സ നൽകാൻ ലക്ഷ്മി ചെറിയ ആശുപത്രി തുടങ്ങി. തൊഴിലാളികളുമായുള്ള അടുത്തബന്ധം അവരെ കമ്യൂണിസ്റ്റ് പാർട്ടിയിലേക്ക് ആകർഷിച്ചു.

ബംഗ്ലാദേശിനെ പാകിസ്ഥാന്റെ പിടിയിൽനിന്നും മോചിപ്പിക്കുന്നതിനായുള്ള യുദ്ധം 1971–ൽ പൊട്ടിപ്പുറപ്പെട്ടു. ഇന്ത്യയും പാകിസ്ഥാനും ശക്തമായി ഏറ്റുമുട്ടി. അതോടെ ബംഗ്ലാദേശിൽനിന്നും പശ്ചിമബംഗാളിലേക്ക് അഭയാർഥികളുടെ പ്രവാഹമുണ്ടായി. അഭയം നൽകണമെന്ന് അഭ്യർഥിച്ച് ആയിരങ്ങൾ ബംഗാളിലെത്തി. എല്ലാം നഷ്ടപ്പെട്ട ഇവരിൽ പലരും പകർച്ചവ്യാധികളുടെ പിടിയിലായിരുന്നു. ജനങ്ങൾ കൂട്ടത്തോടെ മരിച്ചുകൊണ്ടിരുന്നു.

ലക്ഷ്മിക്ക് വെറുതെയിരിക്കാനായില്ല. ഇന്ത്യ–ബംഗ്ലാദേശ് അതിർത്തിയിലെത്തിയ അവർ ദുരിതാശ്വാസ പ്രവർത്തനങ്ങൾക്ക് നേതൃത്വം നൽകി. മരണത്തിലേക്ക് നീങ്ങിക്കൊണ്ടിരുന്ന ആയിരങ്ങളെയാണ് അന്ന് അവരും സംഘവും വിദഗ്ധ ചികിത്സയിലൂടെ ജീവിതത്തിലേക്ക് മടക്കിക്കൊണ്ടുവന്നത്.

ലക്ഷ്മിയുടെ കഠിനാദ്ധ്വാനവും അർപ്പണബോധവും ഇന്ത്യയിലെ കമ്യൂണിസ്റ്റ് നേതാക്കൾ തിരിച്ചറിഞ്ഞു. 1972–ൽ കമ്യൂണിസ്റ്റ് പാർട്ടി ഓഫ് ഇന്ത്യ മാർക്സിസ്റ്റ് അവർക്ക് അംഗത്വം നൽകി. അങ്ങനെ, ഐ എൻ എയുടെയും ഝാൻസി റാണി റെജിമെന്റിന്റേയുമെല്ലാം പോരാളിയായി അറിയപ്പെട്ടിരുന്ന ക്യാപ്റ്റൻ ലക്ഷ്മി ഒരു കമ്യൂണിസ്റ്റ് നേതാവായി മാറി. അടിയന്തരാവസ്ഥക്കാലത്ത് അന്നത്തെ പ്രധാനമന്ത്രി ഇന്ദിരാഗാന്ധി നടത്തിയ പീഢനങ്ങൾക്കെതിരെ അവർ നിരന്തരം ശബ്ദമുയർത്തി. മനുഷ്യരെ തമ്മിലടിപ്പിക്കുന്ന ജാതി–മത ശക്തികൾക്കെതിരെ ക്യാപ്റ്റൻ ലക്ഷ്മി ശക്തമായി നിലകൊണ്ടു. 2002–ലെ രാഷ്ട്രപതി തെരഞ്ഞെടുപ്പിൽ പരാജയമുറപ്പായിട്ടും ബി ജെ

പിയുടെയും കോൺഗ്രസിന്റെയും സംയുക്ത സ്ഥാനാർഥി ഡോക്ടർ എ പി ജെ അബ്ദുൾ കലാമിനെതിരെ ഇടതുപക്ഷ പാർട്ടികളുടെ സ്ഥാനാർഥിയായി അവർ മത്സരിച്ചു. ക്യാപ്റ്റൻ ലക്ഷ്മി എന്തിനാണ് തെരഞ്ഞെടുപ്പിൽ മത്സരിക്കുന്നതെന്ന പത്രപ്രവർത്തകരുടെ ചോദ്യത്തിന് അന്ന് അവർ ഇങ്ങനെ ഉത്തരം പറഞ്ഞു: "തോൽവിയും, ജയവും പ്രശ്നമല്ല. മനുഷ്യരെ തമ്മിലടിപ്പിക്കുന്ന ജാതി-മത ശക്തികൾക്കെതിരെയാണ് എന്റെ പോരാട്ടം. ഒരുമയുടെ സന്ദേശം പ്രചരിപ്പിക്കുന്നതിനാണ് ഈ മത്സരം."

സ്വാതന്ത്ര്യത്തിന് മുമ്പ് ബ്രിട്ടീഷുകാരായിരുന്നു ക്യാപ്റ്റൻ ലക്ഷ്മിയുടെ മുഖ്യശത്രു. സ്വാതന്ത്ര്യത്തിനുശേഷം അവർ ഈ സ്ഥാനത്ത് ജാതി-മത ശക്തികളെയാണ് കണ്ടത്.

രാഷ്ട്രപതി തെരഞ്ഞെടുപ്പിൽ ഏവരും പ്രതീക്ഷിച്ചതുപോലെ ലക്ഷ്മി പരാജയപ്പെട്ടു. എന്നാൽ, എതിർപക്ഷത്തെ പലരും ലക്ഷ്മിക്ക് വോട്ട് ചെയ്തത് പലരേയും അദ്ഭുതപ്പെടുത്തി. തെരഞ്ഞെടുപ്പ് കോലാഹലങ്ങൾ കഴിഞ്ഞപ്പോൾ അവർ കാൺപൂരിലേക്ക് മടങ്ങിപ്പോയി. വീട്ടിലെ ആശുപത്രിയിൽ തടിച്ചുകൂടിയിരിക്കുന്ന രോഗികളെ ആശ്വസിപ്പിച്ചു. അവർക്ക് മരുന്നുകൾ നൽകി. കയ്യിൽ പണമില്ലെന്ന കാരണത്താൽ ചികിത്സ നിഷേധിക്കപ്പെടുന്ന പാവപ്പെട്ട രോഗികൾക്കായി ഈ അമ്മ ഇന്നും കാത്തിരിക്കുന്നു.